அழகில் கொதிக்கும் அழல்

அழகில் கொதிக்கும் அழல்

இசை (பி. 1977)

இயற்பெயர் ஆ. சத்தியமூர்த்தி. கோவை மாவட்டம் இருகூரில் வசித்துவருகிறார்.

‘காற்று கோதும் வண்ணத்துப்பூச்சி’ (2002), ‘உறுமீன்களற்ற நதி’ (2008), ‘சிவாஜி கணேசனின் முத்தங்கள்’ (2011), ‘அந்தக் காலம் மலையேறிப் போனது’ (2014), ‘ஆட்டுதி அமுதே!’ (2016), ‘வாழ்க்கைக்கு வெளியே பேசுதல்’ (2018), ‘நாயகன் வில்லன் மற்றும் குணச்சித்திரன்’(2019), ‘உடைந்து எழும் நறுமணம்’ (2021) ஆகிய கவிதைத் தொகுப்புகளும் ‘அதனினும் இனிது அறிவினர் சேர்தல்’ (2013), ‘லைட்டா பொறாமைப்படும் கலைஞன்’ (2015), ‘உய்யடா உய்யடா உய்!’ (2017), ‘பழைய யானைக் கடை’ (2017), ‘தேனொடு மீன்’ (2020), ‘மாலை மலரும் நோய்’ (2021), ஆகிய கட்டுரைத் தொகுப்புகளும் வெளியாகியுள்ளன.

இது இவரது ஏழாவது கட்டுரை நூல்.

மின்னஞ்சல்: isaikarukkal@gmail.com

இசை

அழகில் கொதிக்கும் அழல்

காலச்சுவடு பதிப்பகம்

அன்பார்ந்த வாசகருக்கு,

வணக்கம்.

காலச்சுவடு நூலை வாங்கியமைக்கு நன்றி.

நூலின் உள்ளடக்கம், உருவாக்கம், அட்டைப்படம் இன்ன பிற அம்சங்கள் பற்றிய உங்கள் கருத்துகளையும் ஆலோசனைகளையும் காலச்சுவடு வரவேற்கிறது. தகவல், எழுத்து, வாக்கியப் பிழைகள் தென்பட்டால் கட்டாயம் தெரிவித்து உதவுங்கள். நூல் தயாரிப்பில் கடும் குறைபாடு இருப்பின் மாற்றுப் பிரதி உங்களுக்குக் கிடைக்கக் காலச்சுவடு ஏற்பாடு செய்யும்.

மின்னஞ்சல்: **publisher@kalachuvadu.com**

காலச்சுவடு நாகர்கோவில் தலைமையகத்துக்கும் கடிதம் அனுப்பலாம்.

தங்கள்

எஸ்.ஆர். சுந்தரம் (கண்ணன்)

பதிப்பாளர் — நிர்வாக இயக்குநர்

அழகில் கொதிக்கும் அழல் ♦ கட்டுரைகள் ♦ ஆசிரியர்: இசை ♦ © ஆ. சத்தியமூர்த்தி ♦ முதல் பதிப்பு: டிசம்பர் 2022 ♦ வெளியீடு: காலச்சுவடு, 669, கே.பி. சாலை, நாகர்கோவில் 629001

காலச்சுவடு பதிப்பக வெளியீடு: 1125

azakil kotikkum azaL ♦ Essays ♦ Author: Isai ♦ © A. Sathyamurthy ♦ Language: Tamil ♦ First Edition: December 2022 ♦ Size: Demy 1 x 8 ♦ Paper: 18.6 kg maplitho ♦ Pages: 104

Published by Kalachuvadu, 669 K.P. Road, Nagercoil 629001, India ♦ Phone: 91 -4652 -278525 ♦ e-mail:publications@kalachuvadu.com ♦ Printed at Print Point Offset Printers, Nagercoil 629001

ISBN: 978-93-5523-242-7

விஷால்ராஜா
மனோஜ் பாலசுப்பிரமணியன்
வீரபத்திரன்
மூவருக்கும்

நன்றி

அகழ், உயிர்மை, காலச்சுவடு, வனம்

சந்தனவேங்கை, *அரூ*

சு. வெங்கடேசன், செந்தில்குமார் நடராஜன்,

சாம்சன், ஏ.வி. மணிகண்டன்

பொருளடக்கம்

என்னுரை: சங்கம் தொடங்கி சமீபம்வரை　　11
நாட்படு தேறல்
　1. பழையவரால் என்ன பயன்?　　15
　2. பிரமாதமான விபத்து　　21
　3. அறம் வாங்கலியோ அறம்!　　26
　4. ஒரு சின்ன வேலைக்குப் போ　　32
　5. அழகில் கொதிக்கும் அழல்　　41
　6. கண் தந்த கொள்ளி　　46
　7. தொல்வினைக்கட்டு　　52
　8. அற்புதம் செய் அற்புதமே!　　58
　9. வானமாமது　　62
　10. புதுமைப்பித்து　　70
பிற
　1. நார் இல் மாலை – சங்கத்து மாலைக் காட்சிகள்　　85
　2. தன்னை அழித்து அளிக்கும் கொடை　　94

என்னுரை

சங்கம் தொடங்கி சமீபம்வரை

இந்த நூலின் மையம் கவிதை. கவிதை பேசப் பேசத் தீராத ஒன்றாக இருக்கிறது. "அதனினும் இனிது அறிவினர் சேர்தல்" என்கிறாள் அவ்வை. அறிவுச் சபையில் நிகழும் பேச்சுக்கள் பெரும் போதை கொண்டவை. கற்றலும் களிப்பும் முயங்கி எழும் தித்திப்பு அதில் உண்டு. என் கவிதை சார்ந்த எழுத்துக்களில் நான் இந்தத் தித்திப்பை அடைவதாகவே எண்ணுகிறேன். ஆனால் பேச்சு என்னவோ எனக்கும் கவிதைக்கும் மட்டும்தான். கவிதை வழியே மொத்த வாழ்வோடும் அல்லவா என்று கேட்டால், அதுவும் சரிதான்.

'நாட்படு தேறல்' என்கிற தலைப்பில் அகழ் மின்னிதழில் ஒரு கட்டுரைத் தொடரைத் தொடங்கினேன். பிறகு அதை வேறு சில இதழ்களிலும் தொடர்ந்தேன். வாழ்வின் ஒரு உணர்வு நிலையானது சங்கத்திலிருந்து நவீன கவிதைகளின் காலம்வரை என்ன விதமான மாற்றத்தை அல்லது மாறாத தொடர்ச்சியை அடைந்துள்ளது என்பதை அறியும் வாய்ப்பாக இந்தத் தொடரைப் பயன்படுத்திக்கொண்டேன். 'நாட்படு தேறல்' தலைப்பின் கீழ் வந்த பத்துக் கட்டுரைகளோடு சங்க இலக்கியம் தொடர்பான இரண்டு தனிக் கட்டுரைகளும் சேர்ந்து இந்த நூல் உருக்கொண்டுள்ளது. இதன் எல்லாக் கட்டுரைகளிலும் நமது பழந்தமிழ் இலக்கியத்தின் அழகுகள் கண் சிமிட்டக் காணலாம்.

‘நாட்படு தேறல்’ என்கிற தலைப்பில் நான் தொடரைத் தொடங்கியபோது வைரமுத்துவும் அதே பெயரில் அவரது புதிய பாடல்களின் வீடியோ ஆல்பத்தை வெளியிடலானார். ‘நாட்படு தேறல்’ என்கிற தலைப்பு என் கட்டுரைத் தொடரின் மையத்தை மிகச் சரியாகச் சுட்டுவதாகத் தோன்றியதால் நான் விடாப்பிடியாக அந்தத் தலைப்பை மாற்றிக்கொள்ளவில்லை. சுகுமாரன் சார் சொன்னார், “ரெண்டு பேருமே அந்தக் கௌவி கிட்டேந்து ‘திருடினவங்க’தானே, இதிலென்ன சண்ட.”

ஆம் ... ‘உறுமீன்களற்ற நதி’, ‘அதனினும் இனிது அறிவினர் சேர்தல்’ ஆகிய இரண்டு தலைப்புகளை ஏற்கெனவே எனக்கு அருளியிருக்கும் அவ்வையின் மூன்றாவது கொடை இந்தத் தலைப்பு. ஆனால் இந்தத் தொடர் நூலாகும் இவ்வேளையில் இந்தத் தலைப்பில் எனக்கு ஒவ்வாமை வந்துவிட்டது. ஒரு பிரபலத்தின் கைபட்டதும் ‘தேறல்’ குடிக்க இயலாத அளவு புளித்துவிட்டதாகத் தோன்றிவிட்டது. பிரபலங்கள் எவ்வளவு அழகையும் அவ்வளவு சடுதியில் அரதப் பழசாக்கிவிடுவார்கள் போல. எனவே நூல் வேறு தலைப்பில் வருகிறது. ‘அழகில் கொதிக்கும் அழ’லில் கொதிப்பவன் என்பதால் தலைப்பு இங்கு நூலாசிரியனையும் சுட்டி நிற்கிறது.

அனோஜன் கேட்டதாலேயே இத்தொடரைத் தொடங்கினேன். அவன்மேல் உள்ள பிரியமும் நூலின் காரணங்களில் ஒன்று. இந்தத் தொடர் மூலம் சில புதிய மகிழ்ச்சிகளைக் கண்டேன். என் உரைநடை எழுத்து ஒன்று ஆங்கிலத்தில் மொழிபெயர்க்கப்படும் வாய்ப்பை ‘பிரமாதமான விபத்து’ கட்டுரை மூலம் அடைந்தேன். வயலட்டுக்கு என் நன்றி!

சாயும் காலம்வரை கவிதைகள் எழுதுவேன். கவிதை குறித்தும். அதுவன்றி வேறொன்றும் பொருளில்லை இவ்வாழ்வில்.

இந்த நூலை மூன்று தம்பியர்க்குச் சமர்ப்பித்துள்ளேன். எனக்கு மறுக்கப்பட்டதுமாகச் சேர்ந்து அவர்கள் வாழ்வு பொலியட்டும்!

இருகூர் **இசை**
14–09–2022

நாட்படு தேறல்

1

பழையவரால் என்ன பயன்?

நங்கை ஒருத்தியையும் நாமிருவர் மூவரையும்
பொங்கு அமளி பொறுக்குமோ – சங்கம்
குலைய விரால் பாயும் குருநாடர்கோவே
பழையவரால் என்ன பயன்.

தனிப்பாடல் – சொக்கநாதப் புலவர்

நம் இருவரையும், கூடவே உன் சிந்தை வழி புகுந்து வந்திருக்கும் அவளையுமாக, மொத்தம் மூன்றுபேரைத் தாங்குமோ இந்தக் கட்டில்? சங்குகள் சோர்ந்திருக்க, விரால்கள் துள்ளிப்பாயும் கடற்துறையான குரு நாட்டுத் தலைவனே! பழையவரால் என்னதான் பயன்?

தலைவனும் தலைவியும் படுக்கையில் இருக்கிறார்கள். அப்போது தலைவனுக்கு இன்னொருத்தியின் மீது நினைப்பு போகிறது. அதை அறிந்துகொண்ட தலைவியின் பாடல் இது. தான் சங்கு போல் சோர்ந்திருக்க அந்த இன்னொருத்தி விராலைப் போல் துள்ளிப் பாய்கிறாள் என்று தலைவி வருந்துவதாகவும் இந்தச் சித்திரிப்பை விரிக்கலாம்.

மெல்லிய நகையுணர்வு தொனிக்கும் இக் கவிதை "பழையவரால் என்ன பயன்" என்கிற ஆழமான கழிவிரக்கத்தோடு முடிகிறது. நமது பழந்தமிழ் பாடல்களில் குடும்ப ஆண்களின் ஒழுக்க மீறல் நிறையவே பேசப்பட்டுள்ளது. பரத்தை, தலைவியின் அளவிற்கேபாடப்பட்டுள்ளாள். ஆனால் குடும்பப் பெண்களின் மீறல் குறித்த பதிவுகள் ஏதும் காணப்படுவதில்லை. தேடிச்சலித்தால் ஒருவேளை

சிற்றிலக்கியங்கள் எதிலாவது ஒளிந்து கொண்டிருக்கலாம். “எத்தனை பேர் தொட்ட முலை எத்தனை பேர் நட்ட குழி” என்பன போன்று சித்தர் பாடல்களில் தென்படும் பொத்தாம் பொதுவான இச்சை வெறுப்பைக் கழித்துவிட்டுப் பார்த்தால், பெண்களின் மீறல்களை நாம் நவீன எழுத்துக்களில்தான் காண முடிகிறது.

மேற்கண்ட பாடலிலும் நங்கை என்பவள் பரத்தை என்றுதான் பொருள் சொல்லபட்டிருக்கிறாள்.

ஆனால் நான் ‘இன்னொருத்தி’ என்று கொள்கிறேன். இது கொஞ்சம் பாடலை விரிவாக்கிக்கொள்ள எனக்கு உதவுகிறது. பரத்தை மட்டும்தான் பரத்தமை செய்ய வேண்டும் என்றில்லையே?

இப்பாடலில் ‘மனம்’ பிரதான பங்கு வகிக்கிறது. மனத்தின் மேடை விசித்திரமானது. இருளும் மர்மமானது. இந்தப் பாடலை ஒட்டி இரண்டு கேள்விகள் பிறக்கின்றன.

ஒன்று, இருவர் இருக்கும் கட்டிலில் உண்மையில் இருவர்தான் இருக்கிறார்களா? இரண்டு, ஒரு உடல் எப்படி, எப்போது பழசாகிறது?

ஒரு கட்டிலில் பத்து ஆண்களும் பத்துப் பெண்களும் சேர்ந்து புரள வகை செய்கிறது மனம். அவனது சிந்தைக்குள் அவனது கல்லூரித் தோழி, பக்கதுவீட்டு மங்கை, திரை நாயகி, அன்று புதிதாகக் காண நேர்ந்த கட்டழகி ஒருத்தி என கூட்டம் களைகட்டலாம். இதுவே பெண்ணிற்கும் பொருந்தும். நினைவு ஸ்தூலமான எடையைக் கொண்டு வருவதில்லை என்பதால் மட்டுமே நமது கட்டில்கள் காலொடிந்து சரியாமல் நிற்கின்றன. மீறல்கள் பல வகைப்படும். சந்தடியே இல்லாத, யாராலும் கண்டறிய முடியாத, சட்டமும் நீதியும் செல்லுபடியாகாத ஒரு மீறல் இது. மனம் இல்லவே இல்லை என்று சாதித்துவிட்டால் எந்த அதிகாரத்தாலும் அதைத் தண்டிக்க இயலாது.

பல வருடங்களுக்கும் முன் வாசித்து இப்போது மங்கலாக நினைவில் இருக்கும் கவிதை ஒன்றின் தோராயமான வரிகள்…

> “நீங்கள் என்னை
> வீட்டுச் சிறையில் அடைக்கலாம்
> சுற்றிலும் சீருடை அணிந்த
> காவலர்களை நிறுத்தி
> என்னைக் கண்காணிக்கலாம்
> ஆனால் என் பிரக்ஞையில்
> என்ன வருகிறது போகிறது
> என்பதை
> உங்களால் ஒருக்காலும் கண்டறிய இயலாது.

வீட்டுச்சிறையில் அடைக்கப்பட்ட ஒரு கவியின் குரலிது. ஆனால் அவர் மனம், அதுவும் கவி மனம் அண்டமெங்கும் சுற்றித் திரிவதை யாராலும் கட்டுப்படுத்த இயலாதல்லவா? கட்டில்களின் கதைக்கும் இது பொருந்தும். கட்டில்கள் இருந்தபடியே இருந்துகொண்டு பறந்துகொண்டிருப்பவை. இந்தப் பறத்தலில் சினிமாவிற்கு முக்கியப் பங்கு உண்டு. திரை நட்சத்திரங்கள் அநேக வீடுகளில் ஜொலிக்கக் கூடியவர்கள்; குறிப்பாக இராத்திரிகளில். அவர்கள் ஏகன் – அநேகன் தத்துவத்திற்கு அருகில் வரக் கூடியவர்கள். ஒரு கமலஹாசன் மற்றும் ஓராயிரம் கமலஹாசன்கள். ஒரு நயன்தாரா மற்றும் ஓராயிரம் நயன்தாராக்கள்.

‘ஜிகிர்தண்டா’ படத்தின் ஒரு காட்சியில் திடீரென ‘டைட்டானிக்’ புகழ் ஜேக்கும் ரோஸ்சும் கட்டிலில் தோன்றுவதை நீங்கள் பார்த்திருப்பீர்கள்.

ஆதவனின் ‘சினிமா முடிந்தபோது’ என்கிற கதை ஒரு தம்பதி சினிமாவிற்குச் சென்று திரும்பிய பிறகு நிகழ்வதைப் பேசுகிறது. கதையின் மையம் நம் ‘கட்டில் கதை’ அல்ல; என்றாலும் கட்டில் கதைகளையும் தொட்டுச் செல்லும் ஒரு கதை. அன்றிரவு சினிமாவில் பார்த்த பெரிய மார்பகங்களைக் கொண்ட நடிகையை நினைத்தவாறே உறங்கிப் போகிறான் கணவன். ‘உங்களோடு சேர்த்து எனக்கு இரண்டு குழந்தைகள்’ என்று உருகும், குடும்பம் என்கிற அமைப்பிற்கு அர்ப்பணிப்போடு உழைக்கும் மனைவியின் உள்ளத்தையும் காட்டிக் கதையை முடிக்கிறார் ஆதவன்.

“அவள் தன் வேலைகளை முடித்துக்கொண்டு படுக்கை யறைக்கு வந்தாள். அவன் தூங்குவதைச் சற்று நேரம் பார்த்துக் கொண்டிருந்தாள். அவனுடைய வழுக்கை விழுந்த தலை, கவர்ச்சியற்ற நாசியும் உதடுகளும் பெரிய தொந்தி . . . ஓர் ஏக்கத்துடனும் சலிப்புடனும் அவள் விளக்கை அணைத்தாள். நல்ல வேளை. தூங்கிவிட்டான். இப்போது இடையூறின்றி எது வேண்டுமானாலும் எண்ணமிடலாம். சினிமா தியேட்டரில் சில நிமிடங்கள் தன்னையும் உஷாவையும் தனியே விட்டுவிட்டு கணவன் டிக்கெட் வாங்கச் சென்றிருந்தபோது அவளை ரசனையுடன் வெறித்துப்பார்த்த அந்த இரு வாலிபர்களை நினைத்துக் கொண்டாள். என்ன ஸ்லிம்... என்ன ஸ்மார்ட்... அவர்களுடைய உடலெங்கும் குமிழியிட்ட துடுக்கும், வாலிப வெறியும்... அந்த இளைஞர்களை நினைத்தவாறே மெல்ல மெல்ல அவளும் தூங்கிப் போனாள்.

இருவரும் சும்மாதான் தூங்குகிறார்கள். அங்கு ஒன்றுமே நடக்கவில்லைதான். ஆனாலும் அவ்வளவு நடந்து முடிந்து விட்டதல்லவா?

ஜெயமோகனின் சமீபத்திய கதைகளான ‘கந்தர்வன்’, ‘யட்சன்’ இரண்டிலும் இந்தக் ‘கட்டில் கதைகள்’ கையாளப்பட்டுள்ளன. கோயில் காளையாக வலம்வரும் உருண்டு திரண்ட தேகம் கொண்ட எண்ணெய்ப் பண்டாரம் என்பவனை, அந்த ஊர்ப் பெண்கள் சன்னல்களில் ஒளிந்துகொண்டு, கண்டு கண்டு ஏங்குகிறார்கள். ‘அரிப்பெடுத்த சனியனுங்க . . . நல்ல அரக்கை உருக்கி வச்சு அடைக்கணும் சனியனுங்களை’ என்று முணுமுணுத்துக் கொள்கிறார்கள் ஆண்கள். முருகப்பன் என்பவன் தன் மனைவியுடனான கூடலுக்குப் பிறகு ‘என்ன இன்னைக்கு ..? பாம்புல்ல படமெடுத்து ஆடுச்சு . .? அந்த எண்ணைப் பண்டாரத்தை நெனச்சிகிட்டயோ?’ என்று கேட்டு அவளை அடித்துத் துவைக்கிறான். பிறகு அவள் செத்துச் சிலையாகி நிற்கையில் அதன்முன் நின்றுகொண்டு சொல்கிறான்...“உள்ளதைச் சொல்லனும்னா எனக்கு உன்மேலே ஒரு கோவமும் இல்ல கேட்டியா? நீ பொலிகாளைய நினைச்சு சந்தோசமா இருந்தா அந்நேரம் எனக்கும் சந்தோசமாத்தான் இருக்கும். ஆணுக்கும் பெண்ணுக்கும் நடுவிலே அம்பிடு வெளையாட்டு உண்டும்லா? கசப்பாக்கும் அதிமதுரம். நாத்தமாக்கும் தீராத்த நறுமணம். வெசமாக்கும் நல்ல லகிரி ...”

ஒரு உடல் படுக்கையில் பூரித்து ஆர்ப்பரித்தால், அதன் இன்பத்தை அறுவடை செய்வது அதன் இணை உடல்தானே? சிந்தையில் யார் இருந்தால் என்ன?

ஜெயகாந்தனின் ‘சினிமாவுக்குப் போன சித்தாளு’, கட்டில்கதையைப் பிரதானமாகப் பேசுகிறது. உண்மையைப் பேசும் அழகுடனும் துணிச்சலுடனும் வலுவாக உரத்த குரலில் பேசும் கதை இது. சினிமா என்கிற மாய உலகின் பசப்புகளை, அது எளிய மக்களின் மீது நிகழ்த்தும் கொடூரமான தாக்குதல்களை அப்பட்டமாகப் பேசியிருக்கிறார் ஜெயகாந்தன். எம்.ஜி.ஆர். எப்படி இந்த நாவலைக் கண்டும் காணாதது போல் கடந்து சென்றிருக்கிறார் என்பதை எண்ணிப் பார்க்க ஆச்சரியமாக உள்ளது.

குடிசைவாசிகளான ஒரு தம்பதி . . . மனைவி தன்னோடு ‘இல்லை’ வாத்தியாரோடுதான் ‘இருக்கிறாள்’ என்பதை அறிய நேரும் போது அந்தக் கணவன் தலைதலையாக அடித்துக் கொண்டு அழுகிறான்.

“... நெனச்சிக் கீறாங்களாம். அதிலே இவருக்குப் பூட்டுதாம்! கம்னு கெட! நெனச்சிக்கினா இன்னா பூட்டுது? நம்ப தலை எயுத்து பயேதுதான் துண்றோம். அதுக்கோசரம் பிரியாணிய நெனச்சிக்கக் கூடாதா?” என்று எதிர்கேள்வி கேட்கிறாள் மனைவி.

"நானாம்மே பயது?"

"நானாம்மே பயது?"

என்று திரும்பத் திரும்பக் கேட்டு உடைகிறான் கணவன். அதுவரை வாத்தியாரைத் தலைவரென்றும் தெய்வமென்றும் போற்றிக் கொண்டிருந்தவன் தன் இடத்தை அவர் எடுத்துக் கொண்டார் என்று தெரிந்ததும் வசைமாரி பொழியத்தொடங்கி விடுகிறான்...

"பொட்டமே அவன் . . . பார்த்தா பளபளன்னு இருக்கானேன்னு நெனச்சுக்கின்னியா? எல்லாம் மேக்கப்பும்மே. அவன் கெயவம்மே... த்தூ?"

பிரியாணி வாசத்துக்கு மூக்கைப் பொத்துவது சற்றே சிரமமான காரியம்தான். காலமெல்லாம் பழையதை உண்ண விதிக்கப்பட்டிருக்கிற அவளை நினைத்தாலும் கொஞ்சம் பாவமாகத்தான் உள்ளது. பளபளவென்று இருக்கும் ஒன்றைப் பார்க்காமல் இருப்பதுதான் எப்படி?

இந்த 'டகால்டி' வேலையெல்லாம் நம்மகிட்ட வேண்டா மென்று, ஒரு ரமேஷ், புணர்ச்சியின்போது தன் பெயரை உச்சரிக்கச் சொல்லி நிர்பந்தித்தால் அவள் ரமேஷ் என்று சொல்லிவிட்டு, சுரேஷ் என்று நினைத்துக் கொள்வாள். இணை தன்னோடுதான் உள்ளது என்று உறுதிப்படுத்திக்கொள்ள இந்த நாமகரண உச்சாடனம் ஒரு உபாயமாக இருக்கலாம். ஆனால் எல்லா உபாயங்களிலும் ஒரு ஓட்டை உண்டு.

பெருந்தேவியின் கவிதையில் ஒருவன் கோலித்துக்கொண்டே ஓடிவிடுகிறான்...

கேசவா

மூன்றாம் முறையாக
விபத்தை எதிர்த்து
வீடு மீண்ட என்னிடம்
அத்தையொருத்தி
கேசவா கேசவா என்று
இனியாவது சொல்லென்றாள்.
கேசவனைக் கூப்பிட்டால்
வாசல் வரும் விபத்து
வராந்தாவில் நின்றுவிடுமாம்.
அன்றிலிருந்து
ஆகாயம் முதல் நிலம் வரை
எதில் வேகஞ் சென்றாலும்
சொல்ல மறப்பதில்லை.
ஒருமுறை
தூக்கத்தில்

கேசவா என்றேன் போல.
கனவில்
என்னோடு
இயக்கத்திலிருந்த
சிநேகிதன்
கோபித்துப்போனவன்தான்.
இதுவரை
கண்ணுக்குத் திரும்பவில்லை.

மனம் தானாய்த் திருந்தினால்தான் உண்டு. தானாய் உவந்தால் தான் உண்டு. அதற்குத் தொடையில்லை; அதனால் நீங்கள் சூடு வைக்க முடியாது. மனம் ஒரு உருவிலியாய் இருப்பதால் அதன் கையைப் பிடித்துத் திருகி, பிறப்புறுப்பில் ஓங்கி ஒரு மிதிவைக்க இயலாது.

தனிப்பாடலின் கடைசி வரி சமயங்களில் கண்ணீரை வர வழைப்பது. தான் ஒருவருக்குப் பழசாகி விட்டோம் என்றால் அதை யாராலும் அவ்வளவு சீக்கிரம் ஜீரணிக்க முடிவதில்லை. புத்தம் புதிதாக இருந்த தலைவி மெல்ல மெல்லத் தேய்ந்து தலைவனுக்குப் பழசாகிவிட்டாள். ஒரு உயிர் இன்னொரு உயிருக்கு எப்படி பழசாகிறது? அல்லது ஒரு உடல் இன்னொரு உடலுக்கு எப்போது பழசாகிறது? அன்பு குறைந்து ஈர்ப்பு குறைகிறதா? அல்லது ஈர்ப்பு குறைந்து அன்பு குறைகிறதா? ஒருவருக்குப் பழசாகிவிடும் உடல், இன்னொருவரைப் பளீரிட்டு அழைக்கும் விந்தையும் நேர்கிறதே எப்படி?

நீண்ட நெடிய மணவாழ்வின் தொடர் ஓட்டத்தில் ஏதோ ஒரு தருணத்தில் சலிப்பு தோன்றிவிடுகிறது. ஆனாலும் 'ஒருவனுக்கு ஒருத்தி' என்பதே தமிழ்வாழ்வின் தாரக மந்திரம். அதுவே நம் பண்பாடு. அதுவே நம் பெருமைமிகு மகிமைகளில் ஒன்று. ஆனாலும் பாருங்கள்... பழையவரால் என்ன பயன்?

காமம் மட்டுமல்ல உணவு, உடை தொடங்கி கலை, இலக்கியம் வரையிலும் மனிதனுக்குப் 'புதிதின்' மீதுள்ள மோகம் கவனம் கொள்ளத்தக்கது. அவன் 'புதிது', 'புதிது' என்றுதான் வாய்பிளந்து அலைகிறான்.

ஆக கவிஞனும், உளவியல் மாணவனுமான இவன் இச்சமூகத்திற்குச் சொல்ல விரும்புவது யாதெனில், 'அதிகம் கத்தாமலிருப்பது' நம் அனைவருக்குமே நல்லது.

2

பிரமாதமான விபத்து

இழத்தொறூஉம் காதலிக்கும் சூதேபோல் துன்பம்
உழத்தொறூஉம் காதற்று உயிர்.

(திருக்குறள் – சூது–940)

பொருளை இழக்க இழக்கச் சூதின் மீதான வேட்கை மிகுந்தெழுவதைப் போல, துன்பம் நம்மை வருத்த வருத்த வாழ்வின் மீதான காதல் மிகுந்தெழுகிறது.

எப்போது இந்தக்குறளை நினைத்துக் கொண்டாலும் கொஞ்சம் அழுத்தியே நினைக்கிறது என் மனம். அதாவது அடிவரையறைகளை மறந்து சொற்களைப் பெருக்கிக்கொள்கிறது...

'இழத்தொறூஉம் இழத்தொறூஉம் காதலிக்கும்
சூதேபோல் துன்பம்
உழத்தொறூஉம் உழத்தொறூஉம் காதற்று உயிர்.'

சொற்கள் பெருகி உணர்ச்சி அலையடித்துக் கண்களில் நீர்கோத்துக்கொள்கிறது.

'சூது' அதிகாரத்தின் கடைசிக் குறள் இது. இதில் சூதைக் கடிவதுதான் அய்யனின் நோக்கம். ஆனால் அவ்வளவு வலுவாகக் கடிய இயலாமல் ஒருவித மயக்கத்திற்குள் இருக்கின்றன இக்குறளின் சொற்கள். முதல் மயக்கம் சூதின் வசீகரம் ஒரு 'மீறல்' ஆகத் தொனிக்காமல், 'இயல்பு' என்பதாகவே ஒலிக்கிறது. இயல்பை எப்படி நோக முடியும்? இரண்டாவது மயக்கம், சூதைக் கடியவந்த அய்யன் அதைக் காட்டிலும் நுட்பமான ஒன்றை இரண்டாம் வரியில் சொல்லிவிடுகிறார். நம் மனம் சூதை மறந்துவிட்டு

அதில்போய் அமர்ந்துகொள்கிறது. எனக்கு இக்குறள் 'இரண்டாம் அடிதான்'. ஒன்றைச் சொல்ல வந்துவிட்டு, அதை விடுத்து அல்லது அதைக்காட்டிலும் உச்சமான வேறொன்றைச் சொல்லி விடுவது எழுத்துச் செயல்பாட்டில் நிகழக்கூடியதுதான். அந்த விபத்து அய்யனுக்கும் நேர்ந்திருக்கலாம். ஆயினும் எவ்வளவு பிரமாதமான விபத்து!

சூதில் ஒரு பயங்கர அழைப்புண்டு. அதை மறுதலிக்கச் சூதாடிகளால் ஒருபோதும் இயன்றதில்லை. நமது இதிகாசங்களில் ஒன்றான மகாபாரதமே சூதின் மீதுதானே நிகழ்கிறது. மனைவியைப் பணயம்வைத்து ஆடிய ஆட்டத்தைப் படித்து வளர்ந்த பிள்ளைகள் நாம். சூதின் இருளும் வசீகர ஒளியும் இயல்பாகவே வாழ்விற்குக் குறியீடாகிவிடுகிறது. சுரேஷ்குமார இந்திரஜித்தின் 'வாழ்வெனும் சூதாட்டம்' கதையில் ஒருவன் ஒற்றை ஆளாக அமர்ந்துகொண்டு சீட்டாடுகிறான். எதிராளிக்கும் சேர்த்து அவனே விளையாடுகிறான். தானே இரண்டாகித் தமக்குள் ஆடும் சூதாட்டம் அது. அதை ஆடாத மனித உயிர் என்று பூமியில் ஒன்றுமில்லை.

அய்யனுக்கு இக்குறளின் முதல்வரி முதன்மை. இரண்டாம் வரி உவமை. என்னுடைய வாசிப்பிலோ இரண்டாம் வரி முதன்மை. முதல் வரி உவமை. 'உழத்தொறூஉம் காதற்று உயிர்' என்கிற வரி என்னைப் பார தூரங்களுக்கு இழுத்துச் செல்கிறது. இதற்கு உரை சொல்லும் பரிமேலழகர் 'உடல் இச்சையால் துன்பங்கள் நேரும்போதும் அதை வெறுத்தொதுக்க இயலாது அதன் பின்னே செல்லும் உயிர்போல' என்பதாகச் சொல்லிச் செல்கிறார். அதாவது 'உடல்' என்கிற சொல்லை இடையில் பெய்து உரைசொல்கிறார். பிற்காலத்து உரையாசிரியர்களும் அழகரைத் தொடர்ந்து உடல் என்கிற சொல்லைப் பெய்தே உரை சொல்லி வைத்திருக்கிறார்கள். அவர்கள் 'உடலுக்கு நேரும் துன்பம்' என்று வெறும் உடல் உபாதையாக இக்குறளை மேலும் குறுக்குகிறார்கள். மணக்குடவர் உரையில் 'உடல்' இல்லை. "துன்பத்தை உழக்குந்தொறும் இன்பத்திலே காதலுடைத்து உயிர்" என்கிறது அவ்வுரை. இவ்வுரையே இக்குறளை எல்லையற்று விரித்துக்கொள்ள உதவுகிறது. எனவே எனக்கும் இதுவே உவப்பானது. அதாவது 'எவ்வளவு துயரத்திலும் அணையவே அணையாத வாழ்வின் மீதான வேட்கை'.'உயிர்' என்கிற சொல்லை வெறும் உடலாக நாம் குறுக்கிக்கொள்ளத்தான் வேண்டுமா? உயிரிச்சை உடலிச்சையையும் சேர்த்ததுதான். ஆனால் அது மட்டுமே அன்று. புலரிப்பொழுதில் வாழ்வை நோக்கிப் பறக்கும் ஓர் அழகான பறவை இக்குறள். அப்படி அதைப் பறக்கவிடவே நானும் விரும்புகிறேன்.

வாழ்வு அநித்தியம் என்று எல்லோருக்கும் தெரியும். வாழ்வு மெல்ல மெல்லச் சாவை நோக்கித்தான் நகர்கிறது. ஆனாலும் ஒவ்வொரு வருடமும், அவ்வளவு ஆர்ப்பாட்டமாக *Happy birth day*–க்களைக் கொண்டாட ஒருபோதும் நாம் மறப்பதில்லை. ஏனெனில் ‘*black Forest*’ அந்தத் தருணத்து நித்தியம்.

‘எல்லாம் முடிந்துவிட்டது’ என்று ரயிலெதிரே நின்றுவிடாமல், அந்த ரயிலைப் பிடித்து எங்கேனும் தப்பிவிடத் துடிப்பவன் இந்த வாழ்வோடு தொடர்ந்து சூதாடத் துணிகிறான். துன்பம் அழுத்த அழுத்தத் திமிறிக்கொண்டு எழுகிறான். அடுத்தநாள் ஏதேனும் அற்புதம் நிகழ்ந்துவிடும் என்று அவ்வளவு உறுதியாக நம்புகிறான். தோல்வி தன்னைக் கண்டு சிரிக்கையில் அதனெதிரே நின்று தானும் சிரிக்கப் பழகிக்கொள்கிறான். எவ்வளவு பைத்தியகாரத்தனமானதாக இருந்தாலும், வாழ்வில் ஏதேனும் ஒரு வேட்கை மிச்சமுள்ளவரை, வாழ்வும் மிச்சமிருக்கிறது.

எம். கோபாலகிருஷ்ணனின் சமீபத்திய நாவலான ‘தீர்த்த யாத்திரை’யில் ஒருத்திக்கு ‘மீன் உடல்’. இந்தியாவில் ஓடும் எல்லா ஆற்றிலும் நீந்திக் களித்துவிட வேண்டும் என்பது அவள் ஆசையாக உள்ளது. இப்படி எல்லா ஆற்றிலும் நீராடினால் என்ன கிடைக்கும்? பொன் கிடைக்குமா, பொருள் கிடைக்குமா, புகழ் கிடைக்குமா? ‘*LIMCA BOOK OF RECORDS*’–சை நோக்கிய ஓட்டமல்ல இது. தன்னைத் தான் நிரப்பி வாழும் இன்பம்.

போர்முனைகளில், பதுங்கு குழிகளில் மரணம் அருகாமையில் இருப்பது நமக்குத் தெரியும். மரணத்திலிருந்து வாழ்வும் அவ்வளவு அருகாமையில் இருப்பதைப் பேசுகிறது அ. முத்துலிங்கத்தின் ‘எல்லாம் வெல்லும்’ என்கிற சிறுகதை.

“பதுங்கு குழியில் காயம்பட்டு வேதனையோடு முனகிக்கொண்டு இருந்த குழந்தைகள், விஜய் நடித்து வெளிவந்த ‘சிவகாசி’ படத்தை டி.வி.யில் பார்த்தார்கள். பசியையும் வேதனையையும் மறந்து, அவர்கள் படத்தில் ஆழ்ந்துபோய் இருந்ததைப் பார்த்தபோது, துர்க்காவுக்கு மனதைப் பிசைந்தது. எந்தத் தாய்மார் பெற்ற பிள்ளைகளோ… அவர்களுக்கே தாயின் முகம் மறந்துவிட்டது. அடுத்த நேர உணவு என்னவென்று தெரியாது. அது எங்கே இருந்து கிடைக்கும் என்பதும் தெரியாது. குண்டு எங்கே விழும், அப்போது யார் யார் மிஞ்சுவார்கள் என்பதும் தெரியாது. இரண்டு கைகளும் போய் மெலிந்து, இழுத்து இழுத்து மூச்சு விட்டுக்கொண்டு இருக்கும் கன்னிகா சொல்கிறாள், ‘அக்கா, தள்ளி நில்லுங்கோ, படத்தை மறைக்காமல்!”

கதையில் வருகிற மொழியரசி என்கிற பெண் புலி தன்னை அலங்கரித்துக்கொள்வதில் பெருவிருப்பம் உடையவள். ‘போர்

முனையில் துப்பாக்கியைத் தூக்கிச்சுடும் அந்த நேரத்திலும் துப்பலைத் தொட்டுப் புருவத்தை நேராக்கிக் கொள்ள மறக்காதவள்'. ஒரு காலை இழந்து மரக்கால் பொருத்திய பிறகும், சீயக்காயுடன் செவ்வரத்தம் பூக்களை அரைத்துப்பூசி மணிக்கணக்காகக் குளிப்பவள்.

"ஒருநாள் துர்க்கா கேட்டார்,

'மொழி, என்ன அலங்காரம் உச்சமாயிருக்கிறது. உம்முடைய எதிரிகளைத் துப்பாக்கியால் விழுத்தப் போகிறீரா அல்லது இமை வெட்டினால் சரிக்கப்போகிறீரா?'

'பாவம். என் அழகைப் பார்ப்பதற்கு அவர்களுக்கு வாய்ப்பே கிடைக்காது. என்னுடைய பிகே துப்பாக்கி 1,500 மீட்டர் தூரத்திலேயே அவர்களைக் கண்டுபிடித்துக் கொன்றுவிடும்.'

'அப்படியானால் இவ்வளவு செவ்வரத்தம் பூக்களை ஏன் வீணாக்குகிறீர்?'

'எனக்குத்தான். என் தலைக்காகத்தான் அவை பூக்கின்றன!"

"நாளை நமதே" ஆத்மாநாமுடைய ஒரு கவிதையின் தலைப்பு.

"கண்களில் நீர் தளும்ப இதைச் சொல்கிறேன் இருபதாம் நூற்றாண்டு செத்துவிட்டது" என்று தொடங்கும் கவிதை,

இந்தத் துக்கத்திலும்
என் நம்பிக்கை
நாளை நமதே

என்று முடிகிறது. செத்ததிலிருந்தும் ஏதேனும் ஒன்று முளைத்தெழும் என்று அவர் நம்ப விரும்பினார்.

ஒரு கவிதை... என்னுடையதுதான்... ஒரு 'ரவா ரோஸ்ட்' நம்மை வாழ்வை நோக்கி அழைப்பதைக் காணலாம்

ரவா ரோஸ்ட்

ஒரே மகள்
தீவிர சிகிச்சைப் பிரிவில் கிடக்கிறாள்
விபத்தில் சிக்கித் தலையில் பலத்த காயம்
மாதம் இரண்டாகிறது
இப்போதுதான் நாளுக்கு ஒரு முறையென
விழித்துப் பார்க்கிறாள்
அப்போதும்
எங்கேயோ பார்த்துவிட்டுக் கண் மூடிக்கொள்கிறாள்
இவள் சவம் போலாகிவிட்டாள்
இரண்டு நாட்கள் பட்டினி கிடந்தாள்
பிறகு

நான்கு இட்லிகளை வாங்கி
அதில் இரண்டரையைச் சாப்பிட்டாள்.
ஒரு நாள்
நான்கு இட்லிகளுடன் வந்த சர்வரிடம்
'ரவா ரோஸ்ட்' இருக்கா என்று கேட்டாள்
வாங்கி உண்டாள்...
முழுசாக உண்டாள்...
கடைசியில் சுண்டுவிரலைக் கூட சப்பினாள்
கைகழுவும் வேளையில்தான் உணர்ந்தாள்
திடீரென இப்படி 'ரவா ரோஸ்ட்' தின்றுவிட்டதை.
உணவகம் ஒலிவீசக் கத்தினாள்.

இழத்தொறும் காதற்று உயிர்... உழத்தொரும், உழத்தொரும் உண்டு ஒரு ரவா ரோஸ்ட்

3

அறம் வாங்கலியோ அறம்!

> இம்மை செய்தது மறுமைக்காம் எனும்
> அறவிலை வணிகன் ஆய் அலன் பிறரும்
> சான்றோர் சென்ற நெறி என
> ஆங்குப் பட்டன்று அவன் கை வண்மையே!
>
> (புறநானூறு – கடையெழு வள்ளல்களுள் ஒருவரான
> ஆய் அண்டிரனை முடமோசியார் பாடியது)

இப்பிறப்பில் செய்த செயல்கள் மறுபிறப்பில் உயர்ந்த கதிக்கு உதவும் என்றெண்ணி அறம் செய்வது அறமாகாது. அது அறவிலை வணிகம். அப்படி செய்பவன் அல்ல ஆய் அண்டிரன். அறமாற்றுதல் சான்றோர் சென்ற நெறியென்றே அவனும் அவ்வழியே செல்கிறான்.

ஆய் வணிகம் செய்யவில்லை. அறம் செய்கிறான். அவன் கொடுக்கிறான். அதன் மூலம் எதையும் பெறுவதில்லை. ஏன் செய்கிறான்? அது சான்றோர் சென்ற நெறி. எனவே தளராது அறம் செய்கிறான். 'பட்டன்று' என்ற வார்த்தையைப் 'பட்டது' என்று வாசிக்க வேண்டும் என்கிறார்கள் உரையாசிரியர்கள். 'பட்டன்று' என்பதைப் பாட பேதமாகச் சொல்கிறார்கள். 'பட்டன்று' என்று கொண்டு படித்தால் சான்றோர் சென்ற நெறி என்பதற்காகவும் அறம் செய்பவனல்ல ஆய் என்றாகிறது. அவன் அறத்தை விற்பவனல்ல. அதை ஒரு நன்னெறி என்று கொண்டு அதில் செல்பவனுமல்ல. என்றால், அறம் செய்வது எதற்காக என்கிற பெரிய கேள்வி இப்பாடலின் பின்னே எஞ்சியுள்ளது.

சான்றோர் சென்ற நெறியில் சென்றவன் என்று கொண்டு வாசித்தாலுமே அது ஒன்றும் அவ்வளவு நிறைவான பதிலாகத் தோன்றவில்லை. கடமையில் ஒரு எந்திரத்தனம் உள்ளது. ஏன் எதற்கு என்று தெரியாத ஒரு எந்திரத்தனம். எந்திரத்திற்குக் கனிவு உண்டா?

'அறமாற்றுதல்' சொர்க்கத்தில் துண்டு போட்டு வைப்பதல்ல. பொன்னைக் கொடுத்துப் பொன்னைவிட மின்னும் புகழைப் பெறுவதல்ல. கொடுப்பதனால் விம்மிப் புடைக்கும் அகந்தையைப் பெறுவதல்ல. நம் உபகாரிகளுக்கு எண்ணெய்க் கொப்பரைகளின் மீது பயம் இருப்பதால், அறத்தின் மீது நம்பிக்கை இருக்கிறது. அவர்கள் ஏதோ ஓர் இடத்தில் முற்றாக அழித்துவிட்ட அறத்தை இன்னோர் இடத்தில் கொஞ்சம் இட்டு இரண்டையும் சமன்செய்யப்பார்க்கிறார்கள்.

அறம் செய்தால் ஆத்ம திருப்தி கிடைக்கிறது என்கிறார்கள். ஆத்மாவைத் திருப்தி செய்வது எவ்வளவு அவசியமான காரியம்! சமயங்களில் கொள்பவரை விட கொடுப்பவர் மகிழ்ச்சிக்கு ஆளாகிறார். "மகிழ்ச்சி" கிடைத்தற்கரிய பொருளன்றோ? "தெய்வம் நின்று கொல்லும்" என்று எவனோ ஒருவன் சொல்லி வைத்திருக்கிறான். அந்த வரி நம்மைப் பார்த்து முறைத்துக் கொண்டிருக்கிறது. தெய்வம் நம்மோடு அமர்ந்து மூன்று சீட்டு விளையாடுமென்றால், பிறகு நம் சேட்டைகள் தொடங்கிவிடும்.

மகாகவிகள் நிறைய கிடுக்குப்பிடிகளோடு அலைபவர்கள். 'மனத்துக்கண் மாசிலன் ஆதல்' என்று அதிலொரு பிடியை எடுத்து நம்மை நோக்கி எறிகிறார் அய்யன். ஒருவன் எதனிடமிருந்தும் ஒளிந்துகொள்ளலாம். ஆனால் தன் மனத்திடமிருந்து தப்பிக்க இயலுமா? அதற்கு அவனை அப்பட்டமாகத் தெரியும்.

என் வளர் இளம்பருவத்தில் ஒரு பொன்மொழியைச் சந்தித்தேன். படித்தவுடன் பிடித்துப் போனது. பாக்யராஜ் சொன்னது. ஒரு நிமிடம்... "தீவிர இலக்கியத்திற்குள் பாக்கியராஜ் வரலாம் இல்லையா?" – "வரலாம்." – "அப்ப சரி." அந்தப் பொன்மொழி என்னவெனில், சந்தோசத்திலேயே பெரிய சந்தோசம் அடுத்தவங்கள சந்தோசப்படுத்திப் பார்க்கிறதுதான்". அந்தப் பெரிய சந்தோசம் கிடைக்கவில்லையெனில் நாம் சந்தோசப்படுத்துவோமா? மனித உயிரால் எதையுமே பெறாமல் மகத்தான காரியங்களை, தியாகங்களைச் செய்ய இயலுமா? இடது கை கொடுப்பதை வலது கை அறியலாகாது என்கிறார்கள். இடது கையும் அறியாத ஒரு நிலை உண்டல்லவா? அது மனிதனுக்குச் சாத்தியமா? அவன் நிச்சயம் அறத்தின் வழியே ஏதோ ஒன்றைப் பெறுகிறான். என்ன பெற்றால் அவன் அறவான்? என்ன பெற்றால்

அவன் வணிகன்? இப்படி அறத்தைச் சுற்றி நிறைய சிக்கலான கேள்விகள்.

தி. ஜானகிராமன் ஒரு கதை எழுதியுள்ளார். சுந்தரதேசிகர் என்பவரை ராமதாஸ் என்கிற நிலத்தரகன் ஏமாற்றிவிடுகிறான். இல்லாத நிலத்தை மிகக் குறைந்த விலைக்கு வாங்கித் தருவதாக ஆசை காட்டுகிறான். அவ்வளவு சமயோஜிதமாக, நயவஞ்சகமாகக் காய் நகர்த்துகிறான். தேசிகர் தன் மனைவியின் நகைகளைக் கூட விற்று ராமதாசுக்கு கொடுத்துக்கொண்டே இருக்கிறார். ஆனால் நிலம் கிரயம் ஆவது போல் தெரியவில்லை. தேசிகர் விழித்துக் கொள்ளும் முன் 24,000 ரூபாயை பிடுங்கிவிடுகிறான் தரகன். பிறகு போலீஷில் மாட்டில் அடி உதை பெறுகிறான். ஆனால் கோர்ட்டில் தேசிகரிடமிருந்து பணம் ஏதும் வாங்கவே இல்லை என்று சத்தியம் செய்துவிடுகிறான். ஜாமீனில் வெளிவரும் அவன் திடீரென்று காய்ச்சல் கண்டு படுத்த படுக்கையாகிறான். ஏமாற்றிய காசெல்லாம் தீர்ந்து போனதால் வறுமையும் பீடித்துக் கொள்கிறது. மரணத்தறுவாயில் நைந்துபோய்க் கிடக்கிறான். அப்போது தேசிகர், அதாவது நமது தி.ஜா. அவன் வீட்டிற்குள் வருகிறார். அவரிடம் பழி உணர்ச்சி ஏதும் வெளிப்படுவதில்லை. ரொம்பவும் நிதானமாகப் பேசுகிறார். அவனைக் கெட்டிக்காரன் என்று பாராட்டக் கூட செய்கிறார். அவன் மேல் இரக்கமும் கொள்கிறார். ‘கடனோடு செத்தா நமது சாஸ்திரப்படி நல்வழி கிட்டாது. நீ அப்படி சாகக்கூடாது. உன் கையில் இருப்பது எதையாவது கொடு. ஒரு ரூபாய்கூட போதும். அதை வாங்கிக்கொண்டு மொத்தம் கடனும் தீர்ந்ததென்று லோகமாதா மேல ஆணையா சொல்லிவிட்டு போய்விடுகிறேன்’ என்கிறார். ராமதாஸின் மனைவி விம்மி விம்மி அழுதபடியே எதையோ அவன் கையுள் திணித்து அவரிடம் நீட்டச் செய்கிறாள். அந்த இரண்டணாவைப் பெற்றுக்கொண்ட தேசிகர், “பராசக்தி மேல ஆணையா சொல்றேன் உன் புருசன் கடன பூராவும் தீர்த்துட்டான். கவலைப்படாதே... அவனும் கவலைப் பட வேண்டாம்” என்று சொல்லிவிட்டுப் போய்விடுகிறார்.

‘கடன் தீர்ந்தது’ என்பது இக்கதையின் தலைப்பு. இது நான் கதை சொன்ன லட்சணம். தி.ஜா. எப்படி சொல்வார் என்று உங்களுக்குத் தெரியும். 24,000 ரூபாய் அறப்பிசகை இரண்டணாவை வைத்துச் சரிக்கட்டிவிடப் பார்க்கிறார் தி.ஜா. கதையின் கடைசி காட்சிகளில் நமக்குக் கண்ணீர் பெருகி வருகிறது. ஆகவே சரியாகிவிட்டது போல்தான் தோன்றுகிறது. ராமதாஸுக்கு நல்வழி கிட்டட்டும் என்று ஒவ்வொரு வாசகனும் வேண்டிக் கொள்கிறான். இந்தக் கதையில் அறத்தை ‘அட்ஜஸ்’ செய்வது

இன்னொரு அறத்தின் பெயரால் என்பதால் அது 'அட்ஜஸ்' என்றே நமக்குத் தெரிவதில்லை.

தி.ஜா. 'கடன் தீர்ந்தது' என்று சொன்னால், யூமா வாசுகி 'தீராத கணக்கு' என்கிறார். இது மொத்தமும் ஒரே பூமி. இங்கு வசிப்பது ஒரே மனிதனின் வேறு வேறு உருக்கள். ஒவ்வொருவனும் ஒவ்வொன்றுக்கும் பொறுப்பு. இந்த உலகின் ஏதோ ஒரு மூலையில், ஏதோ ஒரு குழந்தை சிணுங்கி அழுதால் அதற்கு நீயும்தான் பொறுப்பு.

தி.ஜா. மன்னித்து விட்டுவிடுகிறார். யூமாவோ "கொன்று போடு!" என்று முழந்தாளிட்டு நிற்கிறார். 'பெருங்கணக்கு' இது:

தீராத கணக்கு

எதையோ நினைத்தபடி
எங்கோ சென்றுகொண்டிருக்கும்போது
சட்டென்று உன் குழந்தையுடன் வழிமறித்து
பிச்சை என்று கேட்டாய்.
தெய்வமே அந்தக் குழந்தை
என்னமாய்ச் சிரித்தது...
அதற்கு மாறாக நீ என்
சட்டையைப் பிடித்து உலுக்கியிருக்கலாம்
ஓரிரவில் சாக்கடையோரம்
கொசுக்கள் குதறும் வதையில்
துடித்துப் புரளும் குழந்தையைக் காட்டி
அய்யா என யாசித்தாய்.
உறக்க மயககத்தில் அழச் சக்தியற்று அது
எவ்வளவு ஈனமாய் சிணுங்கியது...
அதற்குப் பதில் நீ என்னை
அடித்துப் பிடுங்கியிருக்கலாம்
பஸ்ஸுக்குக் காத்திருக்கும் கூட்டத்திடையில்
உன் குழந்தை என் கால்களைத் தொட்டு
கை மலர்த்தும்படிச் செய்தாயே,
பரிதாபமாய் முகம் காட்ட அது அப்போது
எவ்வளவு பாடுபட்டது...
அதைவிடவும் நீ என்னை
முகத்தில் உமிழ்ந்து கேட்டிருக்கலாம்
இறுகிய முகத்தின் கண்ணீர்த் தடத்துடன்
அனாதைக் குழந்தையை அடக்கம் செய்யவென்று
இரந்து நிற்கிறாய் இன்று
புவி சுமக்க முடியாத பாரமாக இது
எவ்வளவு அமைதியாகக் கிடக்கிறது...
அய்யோ அய்யோ என்று
பதறி அழிந்தபடியே
ஒவ்வொரு அடியையும் எடுத்துவைத்து

உன்னைக் கடந்து போகின்றேன்
தாயே என்னைக் கொன்று பழி தீர்க்க
ஏன் உனக்குத் தெரியவில்லை?

"யாரோ ஒருவன் என எப்படிச் சொல்வேன்?" என்கிற தேவதேவனின் கவிதையும் இந்த வரிசையில் வைத்து நோக்கத்தக்கது.

ஆத்மாநாமின் கவிதை ஒன்று...

என் ரோஜாப் பதியன்கள்

என்னுடைய இரண்டு ரோஜாப்பதியன்களை
இன்றுமாலை சந்திக்கப் போகிறேன்
நான் வருவது அதற்குத் தெரியும்
மெலிதாய்க் காற்றில் அசையும் கிளைகள்
பரபரத்து என்னை வரவேற்கத் தயாராவது
எனக்குப் புரிகிறது
நான் மெல்லப் படியேறி வருகிறேன்
தோழமையுடன் அவை என்னைப் பார்க்கின்றன
புன்னகைத்து அறைக்குள் நுழைகிறேன்
செருப்பைக் கழற்றி முகம் கழுவி
பூத்துவாலையால் துடைத்துக் கொண்டு
கண்ணாடியால் எனைப்பார்த்து
வெளி வருகிறேன்
ஒரு குவளைத் தண்ணீரைக் கையிலேந்தி
என் ரோஜாப் பதியன்களுக்கு ஊற்றுகிறேன்
நான் ஊற்றும் நீரைவிட
நான்தான் முக்கியமதற்கு
மெல்ல என்னைக் கேட்கின்றன
என்ன செய்தாய் இன்று என
உன்னைத்தான் நினைத்துக்கொண்டிருந்தேன் என
பொய் சொல்ல மனமின்றி
செய்த காரியங்களைச் சொன்னேன்
அதனை நினைத்துக்கொண்ட கணத்தைச் சொன்னேன்
சிரித்தபடிக் காலை பார்ப்போம்
போய்த் தூங்கு என்றன
மீண்டும் ஒருமுறை அவற்றைப் பார்த்தேன்
கதவைச் சாற்றிப் படுக்கையில் சாய்ந்தேன்
காலை வருவதை எண்ணியபடி.

ஆத்மாநாமை விடப் புகழ்பெற்ற கவிதை இது.

"நான் ஊற்றும் நீரைவிட
நான்தான் முக்கியமதற்கு"

என்கிறது கவிதை. தன் உயிருக்கு ஆதாரமான நீரைக் காட்டிலும் அதை ஊற்றுபவனின் அன்பில் வளரும் அந்த ரோஜாவைப்

போல் ஒரு மனிதனால் இருக்க இயலுமா? இதை எழுதியவன் ஏன் கிணற்றில் குதித்தான்? யார் அவனைப் பிடித்துத் தள்ளியது?

அறம் என்று ஒன்று இருக்குமானால், அந்தக் கிணறு எழுந்து ஓடியிருக்காதா? இது மேலும் ஒரு சிக்கலான கேள்வி.

ஆய்அண்டிரனும் ஆத்மாநாமும் கவிதையின் சொர்க்கத்தில் ஆரத்தழுவி இன்புறக்கூடும்.

4

ஒரு சின்ன வேலைக்குப் போ

வாயிலோயே! வாயிலோயே!
வள்ளியோர் செவிமுதல் வயங்குமொழி வித்தித், தாம்
உள்ளியது முடிக்கும் உரனுடை யுள்ளத்து
வரிசைக்கு வருந்தும் இப்பரிசில் வாழ்க்கைப்
பரிசிலர்க்கு அடையா வாயிலோயே!
கடுமான் தோன்றல் நெடுமான் அஞ்சி
தன் அறியலன் கொல்? என் அறியலன் கொல்?
அறிவும் புகழுமுடையோர் மாய்ந்தென
வறுந்தலை உலகமும் அன்றே அதனாற்
காவினெம் கலனே; சுருக்கினெம் கலப்பை
மரங்கொல் தச்சன் கைவல் சிறாஅர்
மழுவுடைக் காட்டகத்து அற்றே
எத்திசைச் செலினும் அத்திசைச் சோறே.

அதியமான் நெடுமானஞ்சி பரிசில் நீட்டிய போது ஔவையார் பாடியது.

காவலோனே! காவலோனே! வள்ளல்களின் செவியில் ஒளிமிக்க சொற்களை விதைத்து, தாம் நினைத்ததை முடிக்கும் வலிமைமிக்க நெஞ்சத்தோடு, பரிசுக்கு வருந்தி நிற்கும் வாழ்க்கையை உடையோர்க்கு வாயிலை அடையாத காவலோனே! விரைந்து செல்லும் குதிரைகளையுடைய நெடுமான் அஞ்சி தன்னை அறியாதவனா அல்லது என்னைத்தான் அறியாதவனா? அறிவும் புகழும் உடையோர் வறுமையில் மடிந்துவிடும்படியான பாழ்பட்ட உலகமல்ல இது. எனவே காவினோம் எம் கருவிகளை! கட்டினோம் எம் பொருட்களை! மரவேலைகளில் தேர்ந்த தச்சனின் மக்கள் கையிலே மழுவைத் தூக்கிக்

கொண்டு காட்டிற்குள் போனால் அவர்கள் பிழைத்துக் கொள்ள மாட்டார்களா என்ன? யாமும் கிளம்புகிறோம் அவ்வாறே. எத்திசை செலினும் அத்திசைச் சோறே!

அதியமான் அவ்வைக்கு நெல்லிக்கனி அளித்த கதை பிரசித்தமானது. ஆனால் அதியனும் அவ்வையும் சண்டை யிட்டுக்கொண்ட கதை அவ்வளவு பிரசித்தி அல்ல. இந்தப் பாடலுக்குப்பின் ஒரு கதை சொல்லப்படுகிறது. அதியமான் அவ்வையை நெடுநாள் தன்னோடு தங்கவைக்கும் நோக்கத்தோடு பரிசில் அளிக்கக் காலம் தாழ்த்துகிறான். இதையறியாத அவ்வை சினம் கொண்டு பாடியது இப்பாடல் என்கிறது அக்கதை. கதை உண்மையா என்பது நமக்குத் தெரியாது. ஆனால் மனிதமனம் விசித்திரமானது. அதுவும் வள்ளல்களின் மனத்தில் நம்மை விட குழப்பங்கள் அதிகமாக இருக்குமோ என்று நான் சந்தேகிக்கிறேன். ஒருநாள் ஆயுளை நீட்டிக்க நெல்லிக்கனி ஈந்த மனம், இன்னொரு நாள் உயிரைக்கொல்லும் சொற்களை வீசியெறிய எல்லா வாய்ப்புகளும் உண்டு. எனவே இருவருக்கும் சண்டை என்ற நினைப்போடு நாம் நின்று கொள்வோம்.

சங்க இலக்கியம் பசியைப் பிணி என்கிறது. அதைப் போக்குபவனை மருத்துவன் என்கிறது

"பசிப்பிணி மருத்துவன் இல்லம்
அணித்தோ சேய்த்தோ கூறுமின் எமக்கே!"

என்று ஒரு பாணன் கேட்பதாகச் சொல்கிறது புறநானூறு.

மனிதன் பிறந்த காலந்தொட்டு அவனது முதல்துயரமாக பசி அவன் கூடவே வருகிறது. உணவு அத்தியாவசியத் தேவையாக இருக்கிறது. அது அத்தியாவசியத் தேவையாக இருப்பதாலேயே அடிப்படை உரிமையாகிவிடுகிறது. அவ்வாறே மனிதனின் தன்மானத்தோடு கலந்துவிட்டது. இப்படியாக பசி அநீதிகளில் தலையாய இடத்தைப்பெற்றுவிட்டது. எல்லா உயிரும் ஏதோ ஒருவிதத்தில் பசியை அறியும். ஆனால் வறுமையில் வயிறு எரிகையில் நெஞ்சமும் சேர்ந்தே எரிகிறது. 'தனியொருவனுக்கு உணவில்லையெனில் ஜெகத்தினை அழித்திடுவோம்' என்கிற கோபாவேசமும், 'இரந்தும் உயிர் வாழ்தல் வேண்டின் பரந்து கெடுக உலகு இயற்றியான்' என்கிற வெஞ்சாபமும் இங்கிருந்துதான் கிளம்பி வருகிறது.

இன்மையின் இன்னாதது யாதெனின் இன்மையின்
இன்மையே இன்னா தது.

என்கிறது குறள். வறுமையைக் காட்டிலும் கொடியதென்று உலகில் எதுவுமே இல்லை என்கிறார் அய்யன். பசி வந்தால்

அழகில் கொதிக்கும் அழல் 33

பத்தும் பறந்துவிடும் என்பது அனுபவ மொழி. வறுமைக்கேடு தனியே வருவதில்லை. அது அத்தனை கேடுகளையும் இழுத்துக் கொண்டு வருகிறது. அதன்முன் தாயும் சேயும் வேறு வேறுதான். பசிக்கு முன் நம் நம்பிக்கை, தைரியம், கொள்கை, கோட்பாடு, அன்பு, கருணை என யாவும் தலைகீழாகப் புரண்டுவிடுகிறது. பசியின் முன் மனிதன் வெறும் மிருகம்.

நெருப்பினுள் துஞ்சலும் ஆகும் நிரப்பினுள்
யாதொன்றும் கண்பாடு அரிது

என்கிறது இன்னொரு குறள்.

நெருப்புள் கூட உறங்கிவிடலாம். வறுமையில் உழல்பவன் ஒரு கணம் கூட நிம்மதியாகத் தூங்கி விட முடியாது."

'யாதொன்றும் கண்பாடு அரிது' என்கிற வரிக்குள் "ஐயோ!" என்கிற அலறல் கேட்கிறது.

வறுமை குறித்த தனிப்பாடல் ஒன்று எனக்கு மிகவும் பிடித்தது. கொடும் வறுமையிலும் அதனோடு விளையாடிப் பார்க்கிற குணம் இந்தக் கவிதையின் சிறப்பு. வறுமையை நேர்நோக்கி ஒரு சின்னக்கேலியை வீசுகிறது கவிதை. கடைசி வரியில் வெளிப்படும் திமிருக்காக எவ்வளவோ முறைகள் இந்த வரியைச் சொல்லிச் சொல்லிப் பார்த்திருக்கிறேன். ஏதோ ஒரு பூர்வஜென்மத்துப் பகை முடிப்பதுபோல அப்போது அவ்வளவு மகிழ்ச்சி பெருகி வரும்.

நீளத்திரிந்துழன்றாய் நீங்கா நிழல்போல
நாளைக் கிருப்பாயோ நல்குரவே - காளத்தி
நின்றைக்கே சென்றாக்கால் நீயெங்கே நானெங்கே
இன்றைக்கே சற்றே யிரு.

(தனிப்பாடல் – மதுரகவிராயர்)

எல்லாருக்கும் பசிப்பது போலே கவிஞனுக்கும் பசிக்கிறது. பசித்தவர்கள் உழைத்தால் உழைப்பு செல்வமாக மாறும். செல்வம் பசியைப் போக்கும். கவிஞன் உழைத்தால் அது செல்வமாக மாறுவதில்லை. கவிஞன் கவிதைக்கு உழைத்துவிட்டு உணவிற்கும் உழைக்கவேண்டியுள்ளது. ஆகவே கவிகளுக்குக் கடமை உணர்வின் மீது இயல்பாகவே வெறுப்பு கவிழ்ந்துவிடுகிறது. பாரதியிடம் இந்த வெறுப்பை வெளிப்படையாகக் காணலாம்.

நமக்குத் தொழில் கவிதை நாட்டிற் குழைத்தல்
இமைப் பொழுதுஞ் சோரா திருத்தல் - உமைக்கினிய
மைந்தன் கணநாதன் நங்குடியை வாழ்விப்பான்;
சிந்தையே, இம்மூன்றுஞ் செய். (பாரதியார்)

இசை

வீட்டை உமை மைந்தன் பார்த்துக்கொள்வான். சிந்தையே! நீ சஞ்சலமின்றிக் கவித்தொழில் புரி என்கிறான். 'நமக்குத் தொழில் கவிதை' என்று சொல்வதற்கே எவ்வளவு பெரிய நெஞ்சுரம் வேண்டும்? அவர் இமைப்பொழுதும் சோராதிருந்து உழைக்கத் தயாராக உள்ளார். ஆனால் அத்தனை உழைப்பும் கவித்தொழிலின் நிமித்தம்தான்.

மடமை, சிறுமை, துன்பம், பொய்,
வருத்தம், நோவு.மற்றிவை போல
கடமை நினைவுந் தொலைந்திங்கு
களியுற என்றும் வாழ்குவமே

என்று கடமையைத் துறந்து களியுவகையில் திளைக்க விரும்புகிறது பாரதியின் மனம்.

அவரின் இன்னொரு கவிதை... அதில் ஸ்ரீதேவியைத் தனக்குக் கையாளாக நிற்க வைக்கிறார். செல்வத்தைக் கவிதைக்குச் சேவகம் செய்யப் பணிக்கிறார்

செய்யாள் இனியாள் ஸ்ரீதேவி
செந்தாமரையிற் சேர்ந்திருப்பாள்
கையாள் என நின்றடியேன்
செய்தொழில்கள் யாவும் கை கலந்து செய்வாள்
புகழ் சேர் வாணியும் என்னுள்ளே நின்று
தீங்கவிதை பெய்வாள்

சமீபத்தில் ப்ராட்ஸ்கியின் நோபல் பரிசு உரையை வாசிக்க நேர்ந்தது. ஒரு கவியாக இருப்பதில் பெருமைகொள்ள வைக்கும் உரை அது. சமூகத்தில் கவிதையின் இடத்தைத் துல்லியமாக முன் வைத்துப் பேசுகிறது அவ்வுரை. கவிதை, சமூக முன்னேற்றத்தின் விளைபொருள் அல்ல.மாறாக கவிதைச் செயல்பாட்டின் விளைபொருள் தான் சமூக முன்னேற்றம் என்கிறார் ப்ராட்ஸ்கி. என்னால் சமூகம் முன்னேறுவதை என்னாலேயே நம்ப முடியவில்லை; ஆனாலும் ஆழ்ந்து யோசித் தால் அது உண்மை என்றுதான் தோன்றுகிறது. கவிஞனால்தான் மொழி வாழ்கிறது என்று அழுத்தம் திருத்தமாகச் சொல்கிறது அவ்வுரை. ஆனால் கவிஞன் வாழ கொஞ்சம் சோறு வேண்டும். விருது வேண்டுமென்றால் விண்ணப்பம் அளி என்கிறார்கள். சோறு வேண்டுமென்றாலும் விண்ணப்பிக்க வேண்டுமா என்ன?

'கவிதை எழுதுவது ஒரு வேலை அல்ல என்றும், நீ ஒரு சமூக ஒட்டுண்ணி' என்றும் குற்றம் சாட்டி ப்ராட்ஸ்கிக்கு ஐந்தாண்டுக் கடும் உடல் உழைப்புத் தண்டனை வழங்குகிறது சோவியத் அரசு. கவிதை எழுதுவது ஒரு வேலைதான் என்று விசாரணை

அழகில் கொதிக்கும் அழல்

மன்றத்தில் வாதிடுகிறார் அவர். ஆனால் மன்றம் அதை ஏற்க மறுத்துவிடுகிறது.

'விலங்கிலிருந்து மனிதன் வேறுபடுவது பேச்சால் என்றால், பேச்சின் உச்சமான வடிவம் இலக்கியம் என்றும் இலக்கியத்தின் உச்ச வடிவம் கவிதை' என்றும் சொல்கிறார் ப்ராட்ஸ்கி. இக்கூற்றின்படிப் பார்த்தால் மனித உயிரின் உன்னத லட்சியமே கவிதைதான் என்றாகிறது. ஆனாலும் அதை எழுதிய கவிஞன் "கையது கொண்டு மெய்யது பொத்தி காலது கொண்டு மேலது தழீஇ" வாடையில் கிடந்து சாகவேண்டும் என்பது விதி.

யூமாவின் கவிதை ஒன்று. பிரகடனம் போன்றது. சோறு வேண்டும் என்று இறைஞ்சுவதற்குப் பதிலாக என் சோற்றுத்தட்டு வந்தாக வேண்டும் என்று எச்சரிக்கிறது. 'எனக்கு இருந்திருக்க வேண்டிய சோறு எங்கே?' என்று கேட்கிறது

எச்சரிக்கை

என் பங்கு சோற்றை
நீங்களே ஒளித்து வைத்திருக்கிறீர்கள்
எனவே என் பசிக்கு
பொறுப்பாவது நீங்களேதான்
எனக்குண்டானதை விடுவிக்கச் சொன்னால்
உழைத்துப் பெறும்படி அறிவுரைக்கிறீர்கள்
உங்களுடையதை விட
நூறு மடங்கு அதிகமான என் உழைப்பு
உணவின் பொருட்டாய் அமையவில்லை
என்னைப் போன்றவர்களிடத்தில் நீங்கள்
ஒருபோதும் நியாயம் காட்டியதில்லை
அறியாத்தனங்களை
கண்டுகொள்ளாதிருப்பதற்கும்
ஒரு எல்லை உண்டு
செல்வந்தனாவதற்குரிய சூத்திரத்தை
உபதேசிக்காதீர்கள் தயவு செய்து
எனக்குக்
கவிதை வசப்பட்டாக வேண்டும்
நான் நடக்கத் தரையிருக்கிறது
என்னுடைய காற்றிருக்கிறது
எழுத்திடையில் பசியெடுக்கும்போதுதான்
இருந்திருக்க வேண்டிய
என்னுடைய சோற்றைத் தேடுகிறேன்
நான் மீண்டும் கடவுளாகும்படி
ஒரு கவிதை கட்டாயப்படுத்துகிறது
நான் எழுதப் போகிறேன்
முடிந்த பின்

இந்தப் படகினுள்ளே பார்க்கும்போது
எச்சரிக்கை
என் சோற்றுத்தட்டு வந்திருக்க வேண்டும்

உங்களுக்கு ஒரு
சிறிய சலுகை தர முடியும்
கடற்கரை வெளிச்சம் மறைந்து
வெகுநேரம் கழிந்த பின்பே
படகினுள் பார்ப்பேன்

கவிஞன் ஒரு சோம்பேறி சோம்பேறி என்று திரும்பத் திரும்பச் சொல்கிறது இச்சமூகம். சோம்பேறிகள்தான் கவிதை எழுத வருகிறார்கள் என்கிற எண்ணம் இலக்கிய உலகில் கூட உண்டு. அ. முத்துலிங்கத்தின் கட்டுரை ஒன்று கம்பன் என்கிற மகாகவியின் உழைப்பை வியந்து போற்றுகிறது.

"10000 பாடல்களுக்கும் மேலேயுள்ள ராமாயணத்தை இயற்றியவர். கையிலே ஓலையைப் பிடித்துக்கொண்டு இரும்பு எழுத்தாணியால் எழுதியிருப்பார். எத்தனை பாடல்களைத் திருத்தியிருப்பார். ஓலைகளில் திருத்தமுடியாது. ஆரம்பத்தி லிருந்து புதிதாக எழுதவேண்டும். எத்தனை ஓலைகளைக் கிழித்துப் போட்டிருப்பார். அவருடைய மனித உழைப்பை யோசித்தபோது பிரமிக்கவைத்தது. ஒரு நாளைக்கு எத்தனை பாடல்களைப் படைத்திருப்பார். 20, 50, 100. எத்தனை முறை திருத்தியிருப்பார்? அவருடைய கவிதைத் திறனிலும் பார்க்க உடல் உழைப்புதான் ஆச்சர்யப்பட வைக்கிறது."

காலத்திலிருந்து கவிதை தப்பிவிடும் என்கிறார் பசுவய்யா. கவிஞன் இறந்து அவனை மண்மூடிய பின்பும் அவன் எழுதிய கவிதை ஒன்று காலத்தில் நீந்தி நீந்தி முன் செல்கிறது. ஒரு சங்கக்கவிதை இரண்டாயிரம் வருடங்கள் தமிழ்ச் சமூகத்தோடு பயணம் செய்து வருகிறது. அதாவது இரண்டாயிரம் வருடங்கள் நம் சமூகத்திற்காக அது உழைத்துக் கொட்டியுள்ளது.

மிஞ்சும் ஒரு கவிதை

என் கவிதையொன்று
கவ்வும் காலத்தின் வாயிலிருந்து தப்பித்துவிடும்
அது எந்தக் கவிதை என்பது இப்போது
எனக்குத் தெரியவில்லை என்றாலும்
ஒரு கவிதை
கவ்வும் காலத்தின் வாயிலிருந்து தப்பித்துவிடும்
அது காலத்தில் மிதந்து செல்லும் அழகை
என் மனக்கண்ணால் பார்க்கும்போது
துக்கம் பொங்குகிறது

அழகில் கொதிக்கும் அழல்

அந்தக் கவிதையில்
அரிய செய்தி ஒன்று
ரகசியமாய்ப் புதைந்திருக்கும்
கற்றறிந்த மகான்கள்
இவ்வாறு இவ்வாறு என
எவ்வளவுதான் விரித்தாலும்
அவர்கள் கண்களுக்குத் தெரியாமல்
மறைந்து கிடக்கும் அது
எனினும் படிப்பை வெறுத்து
பள்ளியை வெறுத்து
ஊரை விட்டோடும் சிறுவனுக்கு
அந்தக் கவிதை புரிந்துவிடும்
மணம் முடிந்த தருணங்களில்
கண்கள் நிறையும் மணப்பெண்கள்
கண்களைத் துடைத்துக்கொள்ளும்முன்
அந்தக் கவிதையைப் படித்தால்
அவர்களுக்குப் புரிந்துவிடும்
மனைவியை முதுமையில் இழந்து
வாடும் சோகத்துக்கு
பளிச்சென்று புரியும் அந்தக் கவிதை.

"அழகு உலகைக் காப்பாற்றும்" என்கிறார் தஸ்தயேவ்ஸ்கி. எனில் எல்லா அழகுகளும் வந்தமரும் இடமான கவிதை, அழகின் அழகல்லவா? ப்ராட்ஸ்கி சொல்கிறார், "ஒரு தனி நபரின் அழகியல் அனுபவம் எந்த அளவுக்கு அதிகம் செறிவானதாக இருக்கிறதோ, அந்த அளவுக்கு அவனுடைய ரசனை உயர்வாகவும், அவனுடைய அறநெறியின் குவிமையம் கூர்மையாகவும் இருக்கும்."

"எல்லோருக்கும் ரொட்டித்துண்டு கிடைக்கும்வரை யாருக்கும் கேக் கிடையாது" என்கிற மேற்கோளைக் கேட்டு நான் இளம் வயதில் கண்ணீர் சிந்தி இருக்கிறேன். கம்யூனிஸ்ட் மன்றங்களுக்குச் செல்லத்தொடங்கிய பொழுதில் ஒரு தோழரின் வாயிலிருந்து இப்பொன்மொழியைக் கேட்டேன். ஏங்கெல்ஸ், மார்க்ஸ் இருவரில் ஒருவர் இதைச் சொல்லியிருக்கக் கூடும் என்று எண்ணிக்கொண்டிருந்தேன். இப்போது கேட்டால் என் இடதுசாரி நண்பர்கள் அப்படியொரு வசனமே இல்லை என்கிறார்கள். என்னைக் கட்சியில் தக்கவைத்துக்கொள்ள வேண்டி அந்தத் தோழர் தானே உருவாக்கி அளித்த ஒரு சிறப்பான வசனமாக இது இருக்கலாம். இந்த வசனத்தின்படி அரசதிகாரம் கவிதையை கேக் என்கிற ஆடம்பரம் என்று சொல்லி நிராகரிக்கிறது. ஜோசப் ப்ராட்ஸ்கியோ கவிதையை ரொட்டித்துண்டு என்கிறார். ரொட்டித்துண்டு இன்றிச் சமூகம் இல்லை.

இரண்டாயிரம் வருடங்கள் கழித்தும் கவிதை எழுதி உண்ண முடியாது என்கிற நிலைதான் தொடர்கிறது. அதன் சந்தை மதிப்பில்

பெரிய மாற்றம் ஏதுமில்லை. இளம்கவியான வே.நி. சூர்யா சிறந்த கவிதைகள் சிலவற்றை எழுதிவிட்டான். கொஞ்சகாலம் முன்பு வரை அவனோடு உரையாடும்போதெல்லாம் “ஒரு சின்ன வேலைக்குப் போ,” என்று வலியுறுத்துவதை வாடிக்கையாக வைத்திருந்தேன். சமீபத்தில்தான் அந்த உபதேசத்தை விட்டொழித்தேன். ஆனாலும் சூர்யா, கும்பி எரிந்தால் குற்றம் நிகழும். குற்றம் நிகழ்ந்த மறுகணம் கூண்டில் ஏற்றப்படுவது நாமல்ல நம் கவிதைகள்தான். உன்னை உன் அண்டை வீட்டான் கூட அறிய மாட்டான். சொல்ல அவ்வளவு கூசினாலும், வேறு வழியின்றிச் சொல்கிறேன். “நண்பா ... ஒரு சின்ன வேலைக்குப் போ!”

இரண்டாயிரம் வருடங்கள் நீளமுள்ள பறவை
பூமியைக் கடந்து செல்கிறது
அதன் அலகை சங்கக் கவி எழுதினான்
வாலை நான் எழுதிக்கொண்டிருக்கிறேன்.

என்கிறது இளங்கோ கிருஷ்ணனின் கவிதை ஒன்று. அலகில் பசி கொதித்தது. வாலிலும் கொதித்துக் கொண்டிருக்கிறது.

“உன் நேர்மையையும் சுதந்திரத்தையும் காப்பாற்ற வேண்டினால் உன் எழுத்தோடு சம்பந்தப்படாத ஒரு வேலையை, இரவு நடனவிடுதியில் பியானோ வாசிப்பது போன்ற வேலையைச் செய்” இது நோபல்பரிசு பெற்ற அமெரிக்க எழுத்தாளர் வில்லியம் ஃபக்னரின் கூற்று. இதை அப்படியே தமிழ்ச்சூழலுக்கு நகர்த்தி வந்தால் கவிகளுக்கு டாஸ்மாக்கில் ‘பார்பாய்’ வேலையைச் சிபாரிசு செய்கிறார் ஃபக்னர். அதாவது நேர்மையையும் சுதந்திரத்தையும் கவிதையையும் ‘பார்பாயை’க் கொண்டு காப்பாற்று என்கிறார். ஜெயமோகனை முதன்முறையாக ஊட்டி காவிய முகாமில் சந்தித்தபோது “என்ன செய்கிறீர்கள்?” என்று கேட்டார். நான் “பார்மசிஸ்டாக இருக்கிறேன்” என்று சொன்னேன். “கவிஞனாக இருக்கிறேன். பார்மசிஸ்டாக வேலை செய்கிறேன் ... இப்படி சொல்லுங்க” என்றார். ஒன்றுக்கு இரண்டு மருத்துவமனைகளில் பார்மசிஸ்டாக பணியாற்றுகிறேன். மோசமான பணியாளரும் இல்லை. ஆனாலும் என்னால் என்னை ஒரு பார்மசிஸ்டாக உணரவே முடிந்ததில்லை. மருந்தாளுநர் சங்கப் பொதுக்குழுக்களில் எல்லாரும் “மருந்தாளுநர் ஒற்றுமை ஓங்குக” என்று பெருங்குரலெடுத்துக் கூவுகையில் நான் வெறுமனே வாயை மட்டுமே அசைப்பேன். எனக்கு நன்றாகத் தெரியும், சத்தியமூர்த்திதான் இசையைக் கூனாமல், குறுகாமல் பார்த்துக்கொள்கிறான். ஆனாலும் எனக்கு அவனை அவ்வளவாகப் பிடிப்பதில்லை

ஒரு கவி கவியாக மட்டுமே இருக்கிற பொன்னுலகு அணித்தோ சேய்த்தோ? கூறுமின் எமக்கே!

உதவியவை

1. காலச்சுவடில் என் எழுத்து – ஆர். சிவக்குமார் – காலச்சுவடு – ஜூன் – 2021

2. கவிதையின் அரசியல் – ஜோசப் ப்ராட்ஸ்கி – தமிழில்: ஆர். சிவகுமார் – 1988 (ஜூலை–செப்டம்பர் இதழ்)

3. அ. முத்துலிங்கம் கட்டுரைகள் – நற்றிணைப் பதிப்பகம்

5

அழகில் கொதிக்கும் அழல்

முளைப்பன முறுவல்! அம்முறுவல் வெந்துயர்
விளைப்பன! அன்றியும், மெலிந்து நாள்தோறும்
இளைப்பன நுண் இடை! இளைப்ப, மென்முலை
திளைப்பன, முத்தொடு செம்பொன் ஆரமே!

கம்பராமாயணத்தின் பாலகாண்டத்துள் நகரப்படலத்தில் இடம்பெற்றுள்ள பாடல் இது. அயோத்தி நகரத்துப் பெண்களை வர்ணிக்கிறார் கம்பர்.

அயோத்தி நகரத்து நங்கையர் முகத்தில் எப்போதும் முறுவல் முளைத்து நிற்கும். அம்முறுவலோ துயர் விளையும் அளவு அழகானது. அவர்களது இடை நாள்தோறும் மெலிந்து மெலிந்து இளைக்கும். இப்படி இடை இளைக்க, அவர்களது மென்மையான முலைகளோ முத்தும் பொன்னும் பூட்டிய ஆரங்களை அணிந்து திளைக்கும்.

ஒரு வழக்கமான வர்ணனைப் பாடல்தானே என்று தோன்றக்கூடும். ஆனால் என்னால் "வெந்துயர் முறுவல்" என்கிற சொற்கட்டைத் தாண்ட இயலவில்லை. இப்பாடலை வாசித்த நாளில் ஆவேசமாக என் அடுத்த கவிதைத் தொகுப்பின் தலைப்பு "வெந்துயர் முறுவல்" என்று முகநூலில் அறிவித்தேன். இப்போது நூல் வேறு தலைப்பில் வந்தாலும் நூலில் உள்ள காதல் கவிதைகளின் பகுதிக்கு இதுதான் தலைப்பு.

அழகு ஏன் துயர் தருகிறது? அதுவும் வெந்துயர். அழகில் நம்மை மீறிய ஒன்று உள்ளது. நம் கைகளில்

சிக்காதது. கவிதை உச்சத்தில்தான் தொடங்குகிறது என்று சொல்வதைப் போல, அழகு அதீதத்தில்தான் தோன்றுகிறது. காதலியர் வதனத்து ஊசிப்பரு அதீதத்தில்தான் முளைக்கிறது. எவ்வளவு வர்ணித்தாலும் நிறையாத ஒன்று அழகில் உள்ளது. அழகிற்கும் மனிதனுக்கும் இடையே பெரும் ஏக்கம் உள்ளது. அவ்வேக்கம் துக்கம். இப்பாடலில் "அம்முறுவல் வெந்துயர் விளைப்பன" என்கிற வரிக்கு "அந்த முறுவல் அப்பெண்களின் காதலர்களுக்குக் காம வேதனை அளிப்பன" என்பதாக உரை சொல்லப்படுகிறது.

'காமவேதனை' என்கிற சொற்றொடர் பேரிலக்கியங்களிலிருந்து காமக்கதைப் புத்தகங்கள்வரை இயல்பாக புழங்கி வரக்கூடியது. மன்னுயிர் யாவும் அறிந்த ஒன்று. காமத்தின் இன்பமும், வேதனையின் வலியும் சேர்த்துக் கட்டப்பட்ட கச்சிதமான சொற்கட்டு இது. காமத்தை எண்ணி எண்ணி ஏங்கும் ஏக்கம் துயரமானது. ஆயினும் ஏக்கத்தில்தான் காமத்தின் தேன் சுரந்து வழிகிறது. எவ்வளவு ஏக்கம் பூத்து நிற்கிறதோ அவ்வளவு இன்பம் விளைகிறது. காமமும் வேதனையும் அருகமர்ந்து உண்பவை.

கம்பராமாயணத்தின் ஆரண்ய காண்டத்தில் இராவணன் முதன்முறையாக சீதையைக் காண்கிறான். அவள் அழகினைக் காண அவனுக்கு இருபது கண்கள் போதவில்லை.

> ஏயுமே இருபது? இங்கு இமைப்பு
> இல் நாட்டங்கள்
> ஆயிரம் இல்லை! என்று
> அல்லல் எய்தினான்

கரையே இல்லாத பேரழகுக் கடல் இவள் என்று ஏங்கி நிற்கிறான். "கரை அறு நல்நலக் கடல்" என்கிறான் கம்பன். கடலின் முன் மனிதன் எவ்வளவு சிறியன்! இராவணன் சீதையை மிரட்டி அழைக்கிறான். பிறகு பதினான்கு லோகத்தையும் ஆளும் அரச செல்வத்தை அளிப்பதாக ஆசை காட்டுகிறான். கடைசியில் காமநோய் மிக்கு அவள் காலடியில் விழுகிறான்.

> அணங்கினுக்கு அணங்கனாளே! ஆசை நோய்
> அகத்துப் பொங்க,
> 'உணங்கிய உடம்பினேனுக்கு உயிரினை
> உதவி, உம்பர்க்
> கணம்குழை மகளிர்க்கு எல்லாம் பெரும்பதம்
> கைக்கொள்' என்னா
> வணங்கினன் – உலகம் தாங்கும்
> மலையினும் வலிய தோளான்.

காமத்தின் முன் மலையினும் வலிய தோள்கள் உயிரினை உதவக்கோரி மன்றாடுகின்றன.

திருக்குறள் காமத்துப்பாலின் முதல் அதிகாரமே "தகை அணங்கு உறுத்தல்"தான். தலைவன் தலைவியை முதன்முறை காணும் அதிகாரம் இது. முதன்முறை காணும் போதே அவளை அணங்காகத்தான் காண்கிறான்.

அணங்குகொல் ஆய்மயில் கொல்லோ கனங்குழை
மாதர்கொல் மாலுமென் நெஞ்சு.

இவள் பெண்ணோ? இல்லை மயிலோ? இல்லை உயிரை வருத்தும் அணங்குதானோ என்று குழம்பி வருந்துகிறான் தலைவன்

மயிலின் அழகில் அணங்கின் பயங்கரத்தையும் காண்கிறான் தலைவன்.

கடாஅக் களிற்றின்மேற் கட்படாம் மாதர்
படாஅ முலைமேல் துகில்.

இவளின் மதர்த்த முலைமேல் அணியப் பெற்ற துகிலானது மதக்களிற்றின் மத்தகத்தில் விளங்கும் முகப்படாம் போன்று உள்ளது.

முட்டிமுட்டிக் கொல்லும் மதக்களிறாகின்றன முலைகள். சாம்ராஜ்யங்களைச் சரிக்கவல்ல களிறு இது. நம் சங்கப் பாடல்களெங்கும் பூரித்துத் துடிக்கின்றன முலைகள்.

ஒளித்து மறைக்கப்படுவதால் அவை நினைவில் துள்ளிக் கொண்டிருக்கின்றன. தமிழன் தன் கற்பனாசக்தியின் பெரும் பகுதியை முலைகளுக்குத்தான் செலவழிக்கிறான்.

பாரதி, உச்சிமீது வானிடிந்து வீழுகின்ற துயரத்திற்கு இணையாக வைத்துப் பாடிய இன்னொரு துயரம்...

கச்சணிந்த கொங்கைமாதர் கண்கள் வீசுபோதினும்
அச்சமில்லை அச்சமில்லை அச்சமென்பதில்லையே!

பாவம், எவ்வளவுக்குப் பயந்திருந்தால் இவ்வளவுக்கு அலறியிருப்பான்!

பாரதியின் இன்னொரு பாடல்...

கண்ணன் ஊதிடும் வேய்ங்குழல் தானடீ!
காதிலே அமுது
உள்ளத்தில் நஞ்சு

அமுதில் இருக்கும் நஞ்சை அறிய காதல்தான் சிறந்த வழி. அமுது ஊட்ட, நஞ்சு கொல்ல, அமுது ஊட்ட, நஞ்சு

கொல்ல என ஆனந்த வேதனை. இரண்டாக இருக்கும் ஒன்றோடு எப்படிப் போரிடுவது? விதிகளைப் பின்பற்றாத எதிரியை எப்படி வெல்வது?

மலர் வெறுமனே மலராக இருக்கும்போது மனிதன் வெறுமனே அதை வேடிக்கை பார்க்கும்போது அங்கு தூய இன்பம் நிலவுகிறது. அச்சிறு மலரின் முன், தான் எவ்வளவு அற்பன் என்று எண்ணத்தொடங்கிய மறுகணம் அழகு துயரமாகிவிடுகிறது. மலரின் மீது காதலை, காமத்தை ஏற்றும்போது மலரும் மனிதனும் சேர்ந்து எரியத்தொடங்குகிறார்கள்.

> அழகைக் காணும்போதெல்லாம்
> பூரித்து அவளாய் நிற்கும்
> மலரைக் காணும் கணம்தோறும்
> என் தோல்வியில் சுருண்டு
> சாவு என்று
> என்னை நான் பலமுறை சபித்துள்ளேன்.
>
> (ஷங்கர் ராம சுப்ரமணியன்)

மனிதன் ஓர் இழுபடும் தேர். அழகு, மனிதனை வாழ்வை நோக்கித் தடதடவென இழுத்துச் செல்கிறது. பிறகு எதிர்த்திசையில் திரும்பி சாவுக்குள் உருட்டுகிறது.

மலரில் இருப்பது சாந்தமா உக்கிரமா? அழகில் நடனம் செய்வள் கலைமகளா காளியா? சமீபத்தில் வந்துள்ள கவிஞர் ஆசையின் கவிதைத் தொகுப்பின் பெயர் 'அண்டங்காளி'. இதில் காளிதான் காதலி. காளிதான் காதலியெனில் சிரிப்பு பேய்ச்சிரிப்புதானே?

> இருமுனை முடிவின்மையின்
> நடுவெளி நர்த்தனம் நீ
> தொடு ஊழி தரையிறக்கும்
> தத்தளிப்பு நீ
> கடல்புரியும்
> தாண்டவத்தின் தெறிப்பும் நீ
> எரிஜோதி இடைபறக்கும்
> கொடும்பறவை நீ
> அனலுமிழும் கனல் மயக்கும்
> பேய்ச்சிரிப்பு நீ
> நாத்திகனின் கனவில் வரும்
> நடனக்காளி நீ.

இன்னொரு கவிதை...

> அம்பாளுக்கு வயது
> எப்போதுமே
> பதினாறுதான்

அவளைக் காதலால்தான்
கும்பிட முடியும்.

காமம் பதினாறில் தோன்றி, பதினாறில் மடிகிற ஒரு பிறப்பு. அதற்குக் கிழடு தட்டுவதில்லை. அது தண்டூன்றுவதில்லை.

இச்சை எப்போதும் இளமையில் இருக்கிறது. இளமைக்கு ஓய்வு இல்லை. நிதானம் இல்லை. ஆசுவாசம் இல்லை. இளமை ஓயாத பரபரப்பில் இருக்கிறது. ஆகவே அவ்வப்போது தவறி, தாளாத துன்பத்துள் விழுகிறது.

காமம் காமம் என்ப
காமம் அணங்கும் பிணியும் அன்றே

என்பது சங்ககாலத்து எம்.எஸ். உதயமூர்த்தியார் வாக்கு. தணியாது சடசடக்கும் காமம், அணங்கும் பிணியும்தான். ஆயினும் அணங்கின்றி வாழ்வு ருசிக்காது. அணங்கைத் தழுவியும் அணங்கிற்குத் தப்பியும் வாழ்வதே வாழ்வு.

குணா கந்தசாமியின் கவிதை ஒன்று இப்படி தொடங்குகிறது...

நமது ஏக்கம்
ஒரு வாடாத
அழகிய மலராக இருக்கிறது.

ஆம்... அவ்வாடாத ஏக்கம் நம் வாழ்வை நிறைக்கட்டும்!

6

கண் தந்த கொள்ளி

> கண் தர வந்த காம ஒள் எரி
> என்பு உற நலியினும், அவரொடு பேணிச்
> சென்று, நாம் முயங்கற்கு அருங் காட்சியமே
> வந்து அஞர் களைதலை அவர் ஆற்றலரே;
> உய்த்தனர் விடாஅர், பிரித்து இடை களையார்
> குப்பைக்கோழித் தனிப்போர் போல,
> விளிவாங்கு விளியின் அல்லது,
> களைவோர் இலை யான் உற்ற நோயே.
>
> குறுந்தொகை – குப்பைக்கோழியார்

தலைவி, தோழியிடம் தாளாத தன் நோய் உரைத்தது.

மூண்டு எரியும் காமநெருப்பானது கண்கள் தந்தது. இந்நெருப்பு என் எலும்பைக் கூட விடாது பொசுக்கி அழித்திடும் போதிலும் தலைவனைச் சேர்ந்து முயங்க அவன் காணக் கிடைப்பதில்லை. அவனாகவே வந்து என் துயர் தீர்ப்பான் என்றால் அதுவும் ஆவதில்லை. ஏவிவிடுவாரும், இடையே பிரித்துவிடுவாரும் இல்லாமல் குப்பைமேட்டில் தனியே நிகழும் கோழிச்சண்டைபோல, தானாக எப்போது தணியுமோ அப்போதே தணியும் இந்நோய்.

கோழிச்சண்டை போட்டி பலர் அறிய பொதுவில் நடக்கும். அங்கு ஏவிவிடவும் பிரித்து விடவும் ஆட்கள் இருப்பார்கள். குப்பைமேட்டில் தானாக நிகழும் சண்டையைக் காண்பவர் இல்லை, கண்டாலும் நின்று விலக்குபவரும் இல்லை.

பழந்தமிழ்க் கவிதைகளில் பெண்ணின் கண்கள் குறித்த வர்ணனைகள் நிறைய உண்டு. அந்தக்கண்

இசை

கொண்டுவந்து சேர்த்த காமவேதனை குறித்த கண்ணீரும் உண்டு. இங்கு கண் தந்த நெருப்பு கொழுந்துவிட்டு எரிகிறது. சதையைக் கருக்கி முடித்து எலும்பையும் சாம்பலாக்கி எழுந்தாடுகிறது.

நாட்டம் இரண்டும் அறிவுடம் படுத்தற்குக்
கூட்டி உரைக்கும் குறிப்புரையாகும்

என்று காதல்பிறக்கும் இடத்தைப் பேசுகிறது தொல்காப்பியம். ஏதோ ஒரு தருணத்தில் வெறும்நோக்கு காதல்நோக்காக மாறிவிடுகிறது. அதைக் காதலர் அறிவர். கொஞ்சம் திருட்டுத்தனமாகக் கவனித்தால் நாம் கூட அறிந்துவிடலாம். காதல் வந்த பிறகு வெறும் நோக்கு அரிது. காதலில், மனம் கண்களில் ஏறி அமர்ந்துகொள்கிறது. காதலர் அதை விரட்டப் பாடுபடுவர். ஆனாலும் அது சுலபமில்லை. காதலர் கண்களை 'அறை பறை' கண்கள் என்கிறார் வள்ளுவர். அதாவது பறை போல் அறைந்து காதலைத் தெரிவித்திடும் கண்கள். கண்களில் காந்தம் உள்ளதாக சினிமாப்பாடல்கள் சொல்கின்றன. பழைய இரும்புக் கடைக்காரர் ஏற்றுக்கொள்ள மாட்டார் என்றாலும் காந்தம் உள்ளதென்றுதான் காதலும் கவிதையும் சொல்கின்றன.

காமத்துப்பால் முழுக்கக் கண்களைப் பாடித் தீர்த்திருக்கிறார் அய்யன். "கண் விதுப்பு அழிதல்" என்று ஓர் அதிகாரமே உள்ளது. அதாவது தலைவனைக் காண விரும்பும் கண்கள் அவனைக் காணாது வருந்தி அழும் பாடல்களைக் கொண்ட அதிகாரம். முதல் அதிகாரமான "தகை அணங்கு உறுத்த"லில் கண்களே தலைவியை அணங்காக்குகின்றன.

நோகக்ினாள் நோக்கெதிா் நோக்குதல் தாக்கணங்கு
தானைக்கொண்டு அன்ன உடைத்து

நானவளை நோக்க, அவள் திரும்ப நோக்கிய நோக்கோ அணங்கு படை திரட்டி வந்து வருத்துவது போல் உள்ளது. தனி அணங்கையே தாள முடியாது. அணங்குப் படையை எப்படி தாங்குவான் தலைவன்?

கண்டார் உயிருண்ணும் தோற்றத்தால் பெண்டகைப்
பேதைக்கு அமர்த்தன கண்.

"அமர்த்தல்" என்றால் பொருத்தமின்மை. இவளோ பார்க்க பேதைப்பெண் போல் இருக்கிறாள். ஆனால் இவள் விழியோ கண்டாரையெல்லாம் உண்டுவிடும் கதியில் இருக்கிறது. எனவே இந்தக் கண்கள் இவளுக்குப் பொருத்தமில்லை என்கிறான் தலைவன்.

"உண்கண்" என்கிற சொற்கட்டைச் சங்க இலக்கியங்களில் பரவலாகக் காண முடிகிறது. அது ஒரு அலங்காரம். 'மை உண்ட

கண்கள்' என்பது பொருள். ஆனால் 'உயிர் உண்ணும் கண்' என்றால் அது எவ்வளவு பெரிய பயங்கரம்!

காதல் இன்பமயமானதுதான். ஆனால் அதனுள் நிரம்பித் ததும்பும் தீராத ஏக்கம் அதை நோயாகவும் ஆக்குகிறது. காதலைத் தருவதெனில் அது நோயைத் தருவதும்தான்.

ஓஒ இனிதே எமக்கிந்நோய் செய்தகண்
தாம் இதற் பட்டது.

மகிழ்ச்சி! மகிழ்ச்சி! முன்பு எமக்குக் காதல் நோயைத் தந்து வருத்திய கண்கள், இன்று தலைவனக் காணாது தானும் வருந்தி அழுகின்றனவே. மகிழ்ச்சி! மகிழ்ச்சி!

"ஓஒ" என்னவொரு ஆனந்தக் கூச்சல்! பழிக்குப்பழி, இரத்தத்திற்கு இரத்தம் என்கிற புகழ்பெற்ற வசனங்கள் அந்தக் கூச்சலுக்குள் ஒளிந்துள்ளன.

காமத்தில் கண்களின் பங்கைப் பாடுகிறார் இன்னொரு குரலில்.

கண்களவு கொள்ளும் சிறுநோக்கம் காமத்தில்
செம்பாகம் அன்று பெரிது.

காதலர் கள்ளத்தனமாக நோக்கிக் கொள்ளும் அந்தச் சின்னஞ்சிறு நோக்கமே போதும், அதுவே காம இன்பத்தில் சரிபாதியைத் தந்துவிடுகிறது. இல்லையில்லை அதற்கு மேலும் அளித்துவிடுகிறது.

காமத்தில் செம்பாகம் என்று சொல்வதே அவ்வளவு கவித்துவமானது. "அன்று அதனினும் பெரிது" எனும்போது நாம் ஸ்தம்பித்துவிடுகிறோம். கொஞ்சம் முயற்சிசெய்தால் கண்களிலேயே கரு உருவாகிவிடும் என்கிறார் அய்யன். "நிஜமாலுமே நீர் தெய்வப்புலவரா"? என்று திருப்பிக் கேட்கிறோம் நாம்.

"என்னைக் கடைக்கண்ணால் கொல்வான் போல் நோக்கி
நகைக் கூட்டம் செய்தான் அக்கள்வன் மகன்"

என்கிறது கபிலரின் புகழ் பெற்ற பாடல்.

அப்படிக் கடைக்கண்ணில் என்னதான் இருக்கிறது? ஆசை ததும்பி வழிகிறது. கள்ளம் ததும்பி வழிகிறது. விளையாட்டின் உச்ச கணம் நிகழ்கிறது. அது திருட்டு மாங்காய்களின் நிலம்; எனவே தித்திப்பும் கூட.

கலிங்கத்துப்பரணியில் ஒரு பாடல்...

கடலில் விடமென அமுதென மதனவேள்
  கருதி வழிபடு படையொடு கருதுவார்

உடலின் உயிரையும் உணர்வையும் நடுவுபோய்
உருவு மதர்விழி உடையவர் திறமினோ.

இங்கு கண் விடமாக, அமுதாக, மதனவேள் படையாக உள்ளது. அந்த விழிச் செருக்கு உணர்வையும் உயிரையும் உருவி எடுத்துவிடுகிறது. "அந்தக் கண்ணுக்குத்தான் மச்சி விழுந்துட்டேன்" என்று நவயுகத்துக் காதலன் புலம்புகிறான். மச்சிகள் அவ்வளவு ரசனைக்காரர்கள்! கண்கள் சமயங்களில் முலைக்கு, இதழுக்கு, இடைக்கு என இடக்கரடக்கல் ஆகி நிற்கின்றன.

எது அஞ்சப்படுகிறதோ அது தூற்றவும் படும்.

நமது நிலையாமைப் பாடல்களில் கண்கள் இழித்துப் பேசப்பட்டுள்ளன.

"வேல்கண்ணள் என்றிவளை வெஃகன்மின் மற்றிவளும்
கோல்கண்ணள் ஆகும் குனிந்து"

வேல் கண்ணள் என்று உன்னால் ஆராதிக்கப்பட்டவள் குடுகுடு கிழவியாகி, கோலையே கண்ணாக ஊன்றி நடக்கும் முதுமையை அடைவது நிச்சயம் என்று இளமையின் நிலையாமை பேசுகிறது நாலடியார்.

"தண்ணீர், பீளை தவிராதொழுகும்
கண்ணைப் பார்த்துக் கழு நீரென்றும்"

என்கிறார் பட்டினத்தார்.

இவ்வளவு இடித்துரைப்புகளுக்குப் பிறகும் கடைக்கண் ஆட்டம் தொடர்ந்து கொண்டுதான் இருக்கிறது; அது நின்றபாடில்லை; நிற்கப்போவதுமில்லை. அடங்கும் என்று ஆட்டத்திற்குத் தெரியாதா என்ன? ஆனால் ஆடி ஆடித்தான் அடங்கும்.

"மறக்க முடியவில்லை, மறக்க முடியவில்லை" என்று காதல் சமூகம் இரத்தம் கொதிக்கக் குமுறிக்கொண்டிருக்கையில் பாரதியின் தலைவி ஒருத்தி சாதாரணமாக 'மறந்து விட்டேன்' என்கிறாள். இந்தப் பண்பால் தமிழ்க்காதல் கவிதைகளின் மொத்தத் திரட்டிலும் இந்தப் பாடல் தனித்து நிற்கிறது. அவளுக்கு மொத்தமாக மறக்கவில்லை. மங்கலாகத் தெரிகிறது. மங்கலாகத் தெரியும் ஒன்று அதிகக் கவனத்தைக் கோருவது. அதிக கவனம் அதிக நினைவை இழுத்து வருவது. தலைவி மறந்துவிட்ட பாவமும் கண்கள் மீதுதான் விழுகிறது.

"கண்கள் புரிந்து விட்ட பாவம்
உயிர் கண்ணன் உரு மறக்கலாச்சு

அழகில் கொதிக்கும் அழல்

பெண்கள் இனத்தில் இது போலே
ஒரு பேதையை முன்பு கண்டதுண்டோ?"

கண்ணில் தெரியுதொரு தோற்றம் – அதில்
கண்ணனழகு முழுதில்லை
நண்ணு முகவடிவு காணில் – அந்த
நல்ல மலர்ச்சிரிப்பைக் காணோம்
ஆசை முகம் மறந்து போச்சே – இதை
யாரிடம் சொல்வேனடி தோழி

சுகுமாரனின் கவிதை ஒன்று உண்டு. கண் மருத்துவமனையின் முகப்பில் எழுதி வைத்தால் அதன் லாபத்தைக் கணிசமாக உயர்த்தவல்லது. வெகு எளியது ஆயினும் ஆழத்தில் அவ்வளவு கவித்துவம் மிக்கது.

"கண்களை ஆரோக்கியமாக வைத்துக் கொள்
கண்ணே சகல நோய்க்கும் காரணம்."

க. மோகனரங்கனின் கவிதை ஒன்று...

உயிர் ஈரும் வாள்

மிகினும்
குறையினும்
நோய் செய்யும்
பேதைப் பெருமழைக்கண்
இழைத்த
பீழைக்கு
மாற்றும் மருந்தும்
மற்றொன்று
இல்லை.

அவளது நோக்கு நோயைக் கொண்டு வருகிறது. அந்த நோய்க்கு மருந்தும் அதே நோக்குதான் என்கிறார் வள்ளுவர். நோயும் மருந்தும் ஒன்றேயான விநோதம் காதல்.

சில தருணங்களில் கண்கள் இரண்டும் இரண்டு அலுமினியத் தட்டுகள். நாம் இரந்தது நமக்குத் தெரியும். கண்களின் பிச்சை காணச் கசியாதது. அவ்வளவு பாவமாக இரக்கப் பழகியவை அவை. நேர்நின்று கண்டால் மொத்தத்தையும் இழக்க வேண்டி வரும் என்றுதான் தருகிற இடத்தில் இருப்போர் கண் காணாத இடங்களுக்குத் தப்பி ஓடிவிடுகிறார்கள்.

எத்தனை முறை
வந்து கேட்டாலும்
"இல்லை இல்லை"
என்பதே உன் பதில்

எப்போதும் இல்லாததைக் கேட்பவர்களுக்கு
தருவதற்கு எதுவுமிருப்பதில்லை

ஆயினும்
ஒவ்வொரு முறையும்
“இல்லை இல்லை”
எனக் கேட்க நேர்பவனின்
கண்களில் தோன்றி மறைகிறதே
ஒரு சாம்பல் திரை

நீ
அதைக் கொஞ்சம்
பாராதிரு.

மனுஷ்யபுத்திரனின் இந்தக் கவிதை வாழ்வின் பல தருணங்களைச் சென்று தொடுவது. மிகச்சிறந்த காதல் கவிதையாகவும் ஒளிர்ந்துகொண்டிருப்பது.

கண் தந்த கொள்ளி சடசடத்து எரிகிறது. சமயங்களில் அது இதயத்திற்கு இதமாக இருக்கிறது. சமயங்களில் ஆளையே எரித்துச் சாம்பலாக்கிவிடுகிறது.

கண்கள் காதலைக் கொண்டு வந்து சேர்கின்றன என்கிறது இலக்கியம். பார்வையற்றோர்க்கும் காதல் வருகிறது. காதல் முறிவும் வருகிறது. காமம் உடலில் உயிர் போல் புதைந்திருப்பது அதைப் புரிந்துகொள்ள முடிகிறது. ஆனால் அழகு என்பது அவர்களுக்கு எப்படிப் பொருள் படும்? அது ஸ்பரிசமாக இருக்குமா அல்லது நறுமணமா, தூய அன்பா, கருணையா? எனக்கு நவீன கவிதைகள் வரை வாசிக்கும் பார்வையற்ற நண்பர் ஒருவர் இருக்கிறார். அவரிடம் கேட்கலாம், “அழகு என்றால் என்ன?” என்று. ஆயினும் அது அவரது துரதிர்ஷடத்தை ஆழமாகக் கிளறிவிட்டுவிடுமோ என்று அஞ்சினேன். ஆகவே ஆராய்ச்சியைத் தொடரவில்லை. மோசமான ஆராய்ச்சிகளின் முடிவில் ராட்சத மிருகங்கள் எழுந்து வந்து மனித குலத்தை நாசம் செய்யும் கதைகளை நாம் ஏற்கெனவே பார்த்திருக்கிறோம்.

7

தொல்வினைக்கட்டு

ஆழ அமுக்கி முகக்கினும் ஆழ்கடல்நீர்
நாழி முகவாது நானாழி – தோழி
நிதியும் கணவனும் நேர்படினும் தம்தம்
விதியின் பயனே பயன்.

மூதுரை – அவ்வையார்

"தோழி! ஆழ்கடலில் சென்று எவ்வளவுதான் முக்கி முக்கியெடுத்தாலும், ஒரு படியானது நான்கு படி நீரை முகவாது. பெருஞ்செல்வம் வாய்த்து, நல்ல கணவனும் வாய்த்துவிட்டாலும் என்ன? விதிப்படியே நிகழும் யாவும்."

"நாழி முகவாது நானாழி" என்கிற வரி தெய்வத்தின் சத்தியம் போல் ஒலிக்கிறது. அதன் முன்னே மனிதன் நடுநடுங்கிச் சாகிறான்.

நமது நாட்டுப்புறச் சொலவடைகள் உண்மையில் வாழ்வின் சாறு இறங்கிய மருந்துக்குளிகைகள். நெஞ்சோடணைத்து நம் கண்ணீரைத் தேற்றுபவை. ஆனால் நாம் அதைச் சொல்லிச் சொல்லித் தேய்ப்பதில் அதன் ஒளி மங்கிவிடுகிறது. நமக்கு மட்டும் ஆசையா என்ன? அப்படித் தேய்த்துக் கிழிக்கிற அளவில் கிடக்கிறது நம் வாழ்வு. மேற்காணும் பாடலைப் படிக்கும்போதெல்லாம் எனக்கு நினைவு வரும் ஒரு சொலவடை "என்னதான் ஒடம்புபூரா எண்ணெயத் தேய்ச்சுட்டு மண்ணுல படுத்துப் பொரண்டாலும் ஒட்ற மண்ணுதானே ஒட்டும்?"

'ஊழ்வலி'யானது தமிழ் இலக்கியத்தில் தொல்காப்பியத்தில் இருந்தே தொடங்கிவிடுகிறது.

“ஒன்றே வேறே என்றிரு பால்வயின்
ஒன்றி உயர்ந்த பாலது ஆணையின்
ஒத்த கிழவனும் கிழத்தியும் காண்ப”

என்கிறது சூத்திரம். சிக்கலான இச்சூத்திரத்தின் முழுமைக்குள் செல்ல வேண்டாம். “பால்” எனில் ஊழ். “பாலது ஆணையின் ஒத்த கிழவனும் கிழத்தியும் காண்ப” என்கிறது. அதாவது ஒரு ஆணும் பெண்ணும் சந்தித்துக் கொள்வதில், காதல் கொள்வதில் ஊழின் பங்கு முக்கியம் என்கிறது. “ஊழது ஆணையின்” என்று அழுத்திச் சொல்கிறது.

குறுந்தொகையின் 229வது பாடல் . . . சிறு பிராயத்தில் சண்டைக் கோழிகளாக, தலைமயிர் பற்றித் தாக்கிக்கொண்ட இருவர், பின்நாளில் காதல் வயப்பட்டு உடன் போக்கு நிகழ்த்தும் காட்சியைக் காட்டுகிறது. அவர்களை அப்படியாக்கிய ஊழை வாழ்த்துகிறது. காதல் பிராயத்தில் “காசறு விரையே! கறும்பே! தேனே!” எனக் கொஞ்சிக்கொண்டவர்கள், பின்நாளில் நடுத் தெருவில் தலைமயிர் பற்றிப் புரண்டதைக் குறுந்தொகை காட்ட வில்லை. ஆனால் நாம் நிறையப் பார்த்துவிட்டோம்.

புறநானூற்றிலும் இம்மை, மறுமை கருத்தாக்கங்களைக் காண முடிகிறது. இம்மையில் செய்த நல்வினையின் பயன் மறுமையில் கிடைக்கும் என்று கருதி அறம் செய்வது அற மாகாது; அது “அறவிலை வணிகம்” என்கிறது.

“மறுமை நோக்கின்றோ அன்றே
பிறர் வறுமை நோக்கின்று அவன் கை வண்மையே!

என்று பேகனைப் பாடுகிறார் பரணர். “நீர்வழிப்படும் புணை போல் முறைவழிப்படும் உயிர்” என்பது கணியன் சொல்லும் பாடம்.

“ஊழிற் பெருவலி யாவுள மற்றொன்று சூழினுந் தான்முந் துறும்” என்கிறார் வள்ளுவர். ஊழினை வென்றுவிடலாம் என்று நாம் ஏதாவது திட்டம் தீட்டினால் ஊழ் அதை விடப் பெரிய திட்டமாகத் தீட்டிவிடும் என்கிறார். எல்லா வலியினும் ஊழின் வழியே பெருவலி என்கிறார். ஆனால் இன்னோர் அதிகாரத்தில் இன்னொரு மாதிரி பேசுகிறார்.

“ஊழையும் உப்பக்கம் காண்பர் உலைவின்றித்
தாழாது உஞற்று பவர்”

சோராது துணிந்து வினை செய்பவர்கள் ஊழைக் கூட புறமுதுகு காட்டச் செய்துவிடுவார்கள் என்பது பொருள். ஏன் இப்படி மாற்றி மாற்றிப் பேசுகிறீர்கள் என்று அய்யனோடு சண்டைக்குப் போகலாகாது. அய்யன் அரசியல்வாதி அல்ல.

அவர் நம்மிடம் வாக்குக் கேட்டு வரவில்லை. அவரிடம் நம்மைக் கொள்ளையடிக்கும் திட்டங்கள் ஒன்றுமில்லை. ஒரே ஒன்றை விடாப்பிடியாக மாற்றாமல் ஒப்பிப்பதுதான் நேர்மை என்றும் நீதி என்றும் நாம் நினைக்கிறோம். நாம் அப்படியில்லை, ஆனால் நீதி அப்படியிருக்க வேண்டும் என்று நினைக்கிறோம். வாழ்வு அப்படி ஒருபடித்தானதாக, தெளிவானதாக இல்லை. கலங்கிக் கிடக்கும் வாழ்வைப் பேச ஒரே ஒரு நீதி போதாது. எண்ணற்றத் தடைகளுக்கும் கடும் துரதிர்ஷ்டங்களுக்கும் இடையே துணிந்து போராடுகையில் "ஊழையும் உப்பக்கம் காண்பர்" என்கிற குறளைப் பற்றிக் கொள்ள வேண்டும். அரும்பாடுபட்டு அயராது முயன்றும் விருப்பங்கள் தவறிவிடுகிற கையறு நிலையில் "ஊழிற் பெருவலி" மேல் சாய்ந்து கொண்டு மீள எழ வேண்டும்.

இப்பவும் நான் வண்டியை எடுக்கும்போது என் அம்மா ஓடோடி வந்து குழந்தைக்குச் சொல்வதைப் போல் சொல்கிறாள். "பார்த்து . . . பத்திரம்". தாயே! அந்த எட்டுவழிச் சாலையில் நான் மட்டுமா போகிறேன்? முன்னே ஒருத்தன் போகிறான். பின்னே ஒருத்தன் போகிறான். எதிரே ஒருவன் வருகிறான். நான்கு முனைச் சந்திப்பில் பத்துபேர் சந்திக்கிறார்கள். தவிர நமது தேசத்தில் நாயும் மாடும் குறுக்கே போகின்றன. யாரும், யாவும் பத்திரமாக இருக்கும் பட்சத்தில் நானும் பத்திரமாகத் திரும்பி விடுவேன் தாயே! மனிதன்தான் எவ்வளவு அப்பாவியாகத் தன்னைத் தனி என்று எண்ணிக்கொள்கிறான்? மகளை மணமுடித்து அனுப்பும் தகப்பன் அத்தனை சாத்தியங்களின் முன் நின்றுதான் அப்படி கண்ணீர் வடிக்கிறார்.

ஊழை ஆகூழ், போகூழ் என்று இரண்டாகச் சொல்கிறார் அய்யன். அதாவது நல்வினை, தீவினை. யாவையும் ஆக்கித் தரும் ஊழ் ஆகூழ். போக்கிவிடும் ஊழ் போகூழ். ஆனால் போகூழை நினைக்கும் அளவு மனிதன் ஆகூழைப் பொருட்படுத்துவதில்லை. ஆகூழின்போது அவன் அந்தரத்தில் மிதக்கிறான். மகிழ்ச்சி தன் பிறப்புரிமை என்று அவன் உறுதியாக நம்புவதால் அப்போது ஊழைக் குறித்தெல்லாம் அவன் சிந்திப்பதில்லை. போகூழின் போது அவன் பாதாளத்தில் கிடந்து கண்ணீர் வடிக்கிறான். ஏன் ஏன் ஏன் என்று எட்டுத்திக்கும் நோக்கிக் கேள்வி எழுப்புகிறான். எல்லாவற்றுக்கும் பொறுப்பென்று சொல்லப்பட்டும், ஏனென்று சொல்லாத அந்த ஒரு ஆட்டுவிப்பு அருளிச் செய்த சொல்லோ இந்த ஊழ்? ஏன் என்ற கேள்விக்கு ஊழ் என்ற பதில் சொன்னால் மனிதன் அமைதிகொண்டு விடுகிறான். எதற்கும் தான் பொறுப்பல்ல என்கிற விடுதலையுணர்வு அவனை அவ்வளவு ஆசுவாசப்படுத்திவிடுகிறது.

இளமையிலே கணவனை இழந்து, முதுமையில் தன் ஒரே மகனையும் சாலை விபத்தில் பறிகொடுத்துத் துடித்துக் கொண்டிருந்த ஒரு தாயை, திருநீறு கொடுத்து தேற்றும் நித்திய சைத்தன்ய யதியை எங்கோ படித்திருக்கிறேன். சிவமும் யதியும் என்று பெரியோர்களாகச் சேர்ந்து நடத்திய நாடகம். ஆயினும் அவசியமான நாடகம்.

தமிழின் புகழ்பெற்ற காப்பியங்களான சிலப்பதிகாரம், மணிமேகலை இரண்டிலும் ஊழின் பங்கு உண்டு. "ஊழ்வினை உறுத்து வந்து ஊட்டும்" என்கிற சிலப்பதிகார வரி பள்ளிப் பருவத்தில் என்னைப் பயமுறுத்திய ஒரு வரி. இப்போது அந்த வரியைக் கொஞ்சம் நிதானமாகப் பார்க்கமுடிகிறது. அதனுள் தென்படும் விரக்தியையும், விரக்தியுள் தென்படும் அமைதியையும் ஆசுவாசத்தையும் இப்போது பார்க்கமுடிகிறது.

பிறவி துன்பமயமானது என்று சொல்லும் நமது பக்தி இலக்கியங்கள் பிறப்பறுக்கச் சொல்லி இறைவனிடம் மன்றாடு கின்றன. "எல்லாப் பிறப்பும் பிறந்திளைத்தேன்" என்று உருகு கிறார் மாணிக்கவாசகர். "மீண்டு வாரா வழி அருள் புரிபவன்" என்று இறைவனைப் போற்றிப் பாடுகிறர்.

இன்னொரு திருவாசகப் பாடல்...

நாயிற் கடைப்பட்ட நம்மையும் ஓர் பொருட்படுத்துத்
தாயிற் பெரிதும் தயாவுடைய தம் பெருமான்
மாயப் பிறப்பறுத்து ஆண்டான் என் வல்வினையின்
வாயில் பொடி அட்டிப் பூவல்லி கொய்யாயோ!

நாயிற் கடைப்பட்ட நம்மையும் ஓர் உயிராய்ப் பொருட் படுத்தி, தாயிற் சிறந்த தயாவான எம் பெருமான் மாயப் பிறப்பை அறுத்து அருளினான். நமது வல்வினையின் வாயில் மண் அள்ளிப் பூசிவிட்ட அவன் புகழைப் பாடிப்பாடிப் பூக் கொய்வோமாக!

"பிறவித்துன்பம்" என்கிற சொற்கட்டு சாமானியர் நாவிலும் சாதாரணமாகப் புழங்கக் கூடியது. ஆயினும் சாமானியன் வாழவே விரும்புகிறான் என்று நினைக்கிறேன். அவனை உயிராசை பற்றிப் படர்ந்துள்ளது. சந்ததி தொடர்வது என்றால், தான் தொடர்வதுதான். இறந்த பின்னும் தன் பேங்க் பேலன்ஸைத் தானே அனுபவிக்க நல்லதொரு உபாயம் மக்கட்பேறுதான். இவ்வளவு துன்பங்களுக்கு மத்தியிலும் இங்கு எதையோ அவன் கண்டுவிட்டான். வாழ்வு ருசிகண்டுவிட்டது அவனுக்கு.

கம்பனின் காவியத்தில் பல இடங்களில் ஊழ் பேசப்படுகிறது. சீதையை இராவணன் கவர்ந்து சென்ற பிறகு இராமனுக்கு சடாயு கூறும் ஆறுதல் மொழிகள் இவை.

அதிசயம் ஒருவரால் அமைக்கல் ஆகுமோ?
“துதி அறு பிறவியின் இன்ப துன்பம்தான்
விதி வயம்’ என்பதை மேற்கொளாவிடின்,
மதி வலியால் விதி வெல்ல வல்லமோ?

ஒரு அதிசயத்தையும் மனிதனால் ஆக்க இயலாதெனில், அவன் இங்கு என்னதான் புடுங்கிக்கொண்டிருக்கிறான்? அவன் சிந்தை ஓயாமல் ஓடி ஓடி உழைக்கிறதே, அதற்கெல்லாம் என்னதான் பொருள்?

தெரிவுறு துன்பம் வந்து ஊன்ற, சிந்தையை
எரிவுசெய்து ஒழியும் ஈது இழுதை நீரதால்;
பிரிவுசெய்து உலகு எலாம் பெறுவிப்பான் தலை
அரிவு செய் விதியினார்க்கு அரிது உண்டாகுமோ?

உலகைப் படைத்தவனான பிரம்மனும் ஊழின் பிடியிலிருந்து தப்ப இயலாது. அவனது தலையும் ஊழ்வலியால் சிவபெருமானால் கிள்ளப்பட்டதல்லவா?

தமிழின் மகாகவியான பாரதி “லீலை இவ்வுலகு” என்கிறார். அவனுக்கு யாவும் சக்தியின் விளையாட்டு. புரட்சியைப் பாடும்போதும் அவனுக்கு பராசக்தியும், அவளது கடைக்கண் பார்வையும் தேவைப்படுகின்றார்கள்.

“இன்னும் ஒரு முறை சொல்வேன், பேதை நெஞ்சே!
எதற்கும் இனி உளையாதே, ஏக்கம் தீர்வாய்!
முன்னர் நமது இச்சையால் பிறந்தோம் இல்லை;
முதல் இறுதி இடை நமது வசத்தில் இல்லை”

முதலும் இறுதியும் விடு, இடை கூடவா நம் வசம் இல்லை சுப்பிரமணியா? “தொல்வினைக் கட்டு” என்கிற பாரதியின் சொற்சேர்க்கையை வாசித்த நாளில் நெடுநேரம் அதன் முன் பேச்சற்று அமர்ந்திருந்தது நினைவில் இருக்கிறது.

தொல்காப்பியத்தில் தொடங்கிய ஊழ் நவீன கவிதையிலும் தொடர்கிறது.

மரணத்தின் லாரி

இன்னுமா டிபன் கட்டவில்லையென
பணிக்குச் செல்லும் பரபரப்பில்
மனைவியிடம்
சலித்துக் கொள்பவனின்
மரணத்தின் லாரி
டீசல் நிரப்பிக் கொண்டிருக்கிறது
அரைமணி நேரத்தில்
முடிஞ்சிடும் என

அதன் ஓட்டுநர் பேசிக் கொண்டிருந்தது
பிரபஞ்சத்திடமா?

(இளங்கோ கிருஷ்ணன்)

இந்தக் கவிதையின் கடைசி வரி ஒரு உளறல். ஆனால் அழகான சரியான உளறல்.

விளையாட்டு என்பது மனிதர்கள் ஆடுவது. அது விதிமுறைகளுக்கு உட்பட்டது. "திருவிளையாடல்" கடவுள் ஆடுவது. அதற்கு ஒரு விதியும் இல்லை. அது தனிக்கணக்கு. அங்கு கேள்வி கிடையாது; கேட்டாலும் பதில் கிடையாது.

திருவிளையாடல்

நெஞ்சு வெடித்துச்
சாகப் போகுமுன்
அவன் கேட்டான்
"என் தெய்வமே
எனக்கு மட்டும்
ஏன் இப்படி?"
காதில் விழாதது போல
பாவனை செய்த கடவுள்
கடமையே கண்ணாக
தனது அடுத்த
அற்புதத்தை நிகழ்த்த
புதியதொரு
பூஞ்சையான இதயத்தை
தேடத் தொடங்கினார்.

(க. மோகனரங்கன்)

"உன் பாட்டனும், பூட்டனும் சொல்வது இருக்கட்டும். நீ என்ன சொல்கிறாய் இசை ஊழ் பற்றி?"

"எல்லா மருந்தும் தீர்ந்துவிட்ட பிறகு எஞ்சியிருக்கும் ஒரு மருந்து இதுதான் என்பதால் அதை ஸ்டெப்னியாக வைத்துக்கொள்வதில் தவறொன்றுமில்லை தம்பி."

அழகில் கொதிக்கும் அழல்

8

அற்புதம் செய் அற்புதமே!

வித்தும் இடல்வேண்டும் கொல்லோ விருந்தோம்பி
மிச்சில் மிசைவான் புலம்.

விருந்தோம்பல் அதிகாரத்தில் வரும் குறள் இது.

விருந்தினர்களுக்காகக் காத்திருந்து, அவர்களை உண்ணச்செய்து பிறகு மிச்சமுள்ளவற்றை உண்ணும் இயல்புடையவனின் நிலத்தில் வித்துகூட இட வேண்டியதில்லை. யாவும் தானே விளையும்.

வித்தும் இடல் வேண்டும் கொல்லோ என்கிற வினா அவ்வளவு கவித்துவமானது. தேவையே இல்லை என்கிற விடையைத்தன்னகத்தே கொண்டது.

இந்தக் கவிதையை வாசித்ததும் நமக்குள் பெரிய பரவசம் நிகழ்கிறது. இது நடக்குமா என்று நாம் முட்டாள்தனமாகக் கேட்பதில்லை. மாறாக இதை எழுதியவன் திசை நோக்கிக் கை கூப்பத் தோன்று கிறது. உலகியல் ஆள் ஒருவன் குழம்பிப்போய்ப் பார்க்கும் இடம் இது. ஒரு கவிதை வாசகன் "உனக்கு இது கூடப் புரியவில்லையா," என்று கேட்கும் இடம். ஒரு வசதிக்காக இதை மிகை என்று சுட்டினால் அய்யனிடம் இந்த மிகை பல இடங்களில் உண்டு.

நாடென்ப நாடா வளத்தன நாடல்ல
நாட வளந்தரு நாடு

என்கிறது இன்னொரு குறள்.

நல்லநாடானது இயல்பாகவே எல்லாச் செல்வங்களையும் கொண்டிருக்கும். அதாவது நாம்

வருந்தி உழைத்து நாட்டை வளமாக்க வேண்டிய அவசியமில்லை என்கிறார்.

இந்தக்கவிதையை அணி செய்வது இதன் சந்த நயம். குழலுக்கு நெஞ்சம் மயங்குவது போல் நாம் தலையாட்டி ஆமோதிக்கிறோம். "பெய்யெனப் பெய்யும் மழை" என்கிற வரியிலும் இந்த இசைமயக்கு உண்டு. இசை நிகழ்த்தப்படும்போது அது சந்தேகத்திற்கு இடமற்ற கதியிலேயே நிகழ்கிறது. நாமும் அதைத் தொழ மட்டுமே விரும்புகிறோம். விருந்தோம்பல் குறளில் இந்த இசை மயக்கம் கூட இல்லாதிருப்பது கவனிக்கத் தக்கது. அது நின்று நிலைப்பது அதன் ஆன்ம பலத்தால், அற உணர்வால்.

கம்பனை "மிகையில் நின்றுயர் நாயகன்" என்று எங்கோ எழுதியுள்ளேன். மிகை கையாள சிரமமான ஒன்று. அதன் பெயர் மிகை என்றாலும் அதனுள்ளும் ஓர் அளவு செயல்படுகிறது; ஒரு லயம் உள்ளது. அவை பிசகினால் மொத்தமும் பிசகிவிடும். கம்பனின் அநேக பாடல்களில் அந்தப் பிசகு நேர்வதில்லை. கவிதை கவிதையாக வெற்றிபெற்றுவிடுகிறது.

கம்பன், தசரதனின் கோசல நாட்டை சிறப்பித்துப் பாடும் பாடல் ஒன்று...

> கல்லாது நிற்பார் பிறர் இன்மையின், கல்வி முற்ற
> வல்லாரும் இல்லை; அவை வல்லார் அல்லாரும் இல்லை
> எல்லாரும் எல்லாப் பெருஞ்செல்வமும் எய்தலாலே
> இல்லாரும் இல்லை; உடையார்களும் இல்லை மாதோ.

கல்லாதவர்கள் யாருமில்லை என்று சொல்வதால் அங்கு கல்வியில் வல்லார் என்று தனியே யாருமில்லை. எல்லாரும் எல்லா வளங்களும் பெற்று மகிழ்ந்திருக்க, அங்கு உடையார் என்றும் இல்லார் என்றும் பேதங்கள் இல்லை.

புள்ளியியல் வல்லுநர் என்றால் கணக்கு வழக்கைச் சமர்ப்பிக்க வேண்டும். நல்ல கவிதையிடம் யாரும் கணக்குக் கேட்பதில்லை.

பாரதியின் புகழ்பெற்ற ஒரு பாடல் மேற்சொன்ன குறள்களின் பாதிப்பில் படைக்கப்பட்டதாக உள்ளது.

விடுதலைப் பாட்டு

> மானுடர் உழாவிடினும் வித்து நடாவிடினும்
> வரம்பு கட்டாவிடினும் அன்றி நீர்பாய்ச்சாவிடினும்
> வானுலகு நீர்தருமேல் மண்மீது மரங்கள்
> வகைவகையாய் நெற்கள்புற்கள் மலிந்திருக்கும் அன்றே?
> யான் எதற்கும் அஞ்சுகிலேன், மானுடரே, நீவிர்

என் மதத்தைக் கைக்கொள்மின்: பாடுபடல் வேண்டா:
ஊன்உடலை வருத்தாதீர்: உணவு இயற்கை கொடுக்கும்:
உங்களுக்குத் தொழில் இங்கே அன்பு செய்தல் கண்டீர்

இந்தக் கவிதையை எப்போது வாசித்தாலும் உவகையும் கண்ணீரும் பெருகி எழும். உவகைதான் கவிதையில் உள்ளது. கண்ணீர் அவ்வளவு உவகை தாளாது வருவது. சமீபத்தில் கவிஞர் ஷங்கர் ராம சுப்ரமணியனின் பிறந்த நாள் கொண்டாட்டத்திற்கு இடையே நள்ளிரவு இரண்டு மணிக்குச் சத்தமாக இந்தக் கவிதையை வாசித்த அனுபவம் அலாதியானது. நான் நிகழ்த்திய கவிதை வாசிப்பில் இதுவே சிறந்தது என்று நினைக்கிறேன். உப்பு, புளி, மிளகாய் போன்ற அற்ப விசயங்களுக்காகச் சதா என்னை வதைக்காதே என்று பராசக்தியிடம் முறைப்பாடு வைத்த ஒரு நைந்த இதயம் எந்தத் தருணத்தில் இப்படி எழுந்து பறந்திருக்கும்?

'மங்கல வாழ்த்துப் பாடல்' நமது மரபின் ஓர் அங்கம். அவை ஒரு தனித்த சடங்காக நூலின் தொடக்கத்தில் இருக்கும். அவ்வாறு இல்லாமல் நூலிற்குள்ளேயே மங்கலம் கூடி எழுந்த பாடல்கள் என்று இந்தக் கவிதைகளைத் தொகுத்துக்கொள்ளலாம். துளியும் விரக்தியின்றி முழு நன்மையை நம்பிப் பாடும் சொற்கள் இவை.

சமீபத்தில் வாசித்த 'சோர்பா என்ற கிரேக்கன்' நாவலில் தள்ளாத வயதில் படுக்கையில் கிடக்கும் சோர்பா, மரணத் தறுவாயில் எழுந்து, பலர் தடுத்தும் கேளாமல் ஜன்னலை நோக்கி நடக்கிறான். நூற்றாண்டுகளாக அங்கு நிலை கொண்டிருக்கும் ஒரு மலையை அன்றுதான் புதிதாய்க் காண்பது போல ஒருமுறை கண்டுவிட்டு நின்ற நிலையிலே உயிர் துறக்கிறான் அவன் சாகும்வரை வியப்பின் விழிகளை அணையாது காத்து வந்தவன். அன்றாடத்தில் பழகிப்போன பல காட்சிகளையும் அந்த விழிகளால் கண்டு "பார்த்தீர்களா...? பார்த்தீர்களா?" என்று பரவசம் தாளாது துள்ளிக் குதிக்கிறான் நாவல் முழுக்க.

கவிதையை அலுப்பூட்டும் அன்றாடத்திலிருந்து அற்புதங்களுக்கு அழைத்துச் செல்வது என்று கொள்வோமெனில், தேவதேவனின் இந்தக் கவிதையில் அன்றாடமே அற்புதத்தில் திளைக்கிறது. நாள் தவறாது நமது புழக்கடையில் மலரும் மலர்கள் நிச்சயம் ஓர் அற்புதம்தான். "எனக்கு அதை நன்றாகத் தெரியும்" என்கிற அசட்டை உணர்வால் நாம்தான் அதைத் தவற விட்டு விடுகிறோம். மேற்குறிப்பிட்ட கவிதைகளில் உள்ள கட்டற்ற கற்பனாவாதம் இதில் இல்லை. ஆனால் அதே உணர்வுப் பெருக்கு திரண்டுவரக் காண்கிறோம்.

எல்லாம் எவ்வளவு அருமை!

நுரைத்துவரும் சிற்றலைபோல
வரிசையாய் நாலைந்து சிறுவர்கள்
ஒரு பெண்
எடையில்லாமல் நடந்து போய்க் கொண்டிருந்தாள்
ஒரு காரணமும் இல்லாமல்
தளிர்பொங்கிச் சிரித்துக்கொண்டிருந்தது
கொன்றை
ஒரு துரும்பும் நோகாதபடி
உலவிக் கொண்டிருந்தது காற்று
பழுத்தும் விழாது ஒட்டிக்கொண்டிருக்கும் இலைகள்
தான் தொட்டதனால்தான்
உதிர்ந்ததென்றிருக்கக் கூடாதென்ற
எச்சரிக்கை நேர்ந்து
அப்படி ஒரு மென்மையை
அடைந்திருந்தது காற்று
மீறி விதிவசமாய் உதிர்ந்த இலை ஒன்றை
தன் சுற்றமனைத்துக்கும் குரல்கொடுத்து
குழுமி நின்று
தாங்கித் தாங்கித் தாங்கி
அப்படி ஒரு கவனத்துடன் காதலுடன்
மெல்ல மெல்ல மெல்ல
பூமியில் கொண்டு சேர்த்தது.

அன்றாடத்தில் அற்புதத்தைத் காண்பதே கவிஞனாக வாழ்வதின் உச்சபட்ச லாபம். கசப்பும் கண்ணீருமற்றுத் தூய உவகை நிரம்பி வழியும் தருணங்கள் அவை. வாழ்வின் ரகசியமே கிட்டிவிட்ட ஆனந்தப் பெருக்கு.

இந்தக்கவிதை இடம்பெற்றுள்ள தொகுப்பின் தலைப்பு 'அமுதம் மாத்திரமே வெளிப்பட்டது'. ஒரு நாற்சந்தியில் நின்று கொண்டு நமது வாழ்வைக் கவனித்தால் இந்தத் தலைப்பை அவ்வளவு சத்தமாகச் சொல்ல இயலாது. ஆயினும் ஒரு கவிதைக்குள் இருந்து சொல்லலாம்...

"அமுது மட்டுமே ஆகுக!"

9

வானமாமது

அழகு

சிறுகுழந்தை விழியினிலே ஒளியாய் நின்றாள்;
திருவிளக்கில் சிரிக்கின்றாள்; நாரெடுத்து
நறுமலரைத் தொடுப்பாளின் விரல்வளைவில்
நாடகத்தைச் செய்கின்றாள்; அடடே செந்தோட்
புறத்தினிலே கலப்பையுடன் உழவன் செல்லும்
புதுநடையில் பூரித்தாள்; விளைந்த நன்செய்
நிலத்தினிலே என் விழியை நிறுத்தினாள்; என்
நெஞ்சத்தில் குடியேறி மகிழ்ச்சி செய்தாள்.

அழகின் சிரிப்பு – பாரதிதாசன்

ஆங்காங்கே வலிந்து திணிக்கப்பட்ட முற்போக்குக் கருத்துக்கள் உண்டுதான் என்றாலும் 'அழகின் சிரிப்பு' வாசிப்பது எனக்குச் சுகமான அனுபவமாக இருந்து வருகிறது. 'மண்ணில் நிகழும் வர்க்க வேறுபாட்டின் கொடுமை தாளாமல், அதை நாளெல்லாம் கண்டு நிற்கும் கோபத்தில்தான் இரவில் வானம் விண்மீனாய்க் கொப்பளிக்கிறது' என்று சொல்லும் மனத்தால் 'நாரெடுத்து நறுமலரைத் தொடுப்பாளின் விரல் வளைவு நாடகத்தையும்' காண முடிந்துள்ளது மகிழ்ச்சிக்குரிய விசயமே. பாரதிதாசனின் கொள்கை முழக்கம் துருத்தாமல் கச்சிதமாக வந்து விழுந்த வரிகளும் இதில் உண்டு.

"இத்தரை, கொய்யாப்பிஞ்சு
நீ அதில் சிற்றெறும்மே"

என்பது எனக்கு மிகவும் பிடித்த வரி.

நமது சங்கப்பாடல்கள் இயற்கையால் நெய்யப்பட்டவை. அகப்பாடல்களின் திணை

இலக்கணமே இயற்கையால் ஆனது. அதில் நிலமும் பொழுதும் விரவியுள்ளன. வெறுமனே உரிப்பொருளை மட்டும் பாடாமல் ஐவகை நிலத்தில் காணப்படும் விலங்குகள், தாவரங்கள், நீர் நிலைகள், தொழில்கள், தெய்வங்கள் என்று யாவும் விரித்துரைக்கப்பட்டுள்ளன. குறுந்தொகை போன்ற அளவில் சிறிய பாடல்களில் கூட ஒரு மலரோ மலையோ, விலங்கோ வந்துவிடுகிறது. அடிகளின் எண்ணிக்கை கூடக் கூட இந்த இயற்கைச் சித்திரிப்பு நீண்டுசெல்வதைக் காண முடிகிறது. "நாட்டுவளம் உரைத்தல்" என்கிற துறை காதலரின் நாட்டு வளத்தை விரித்துக் கூறுகிறது. புறப்பாடல்களிலும் இந்த நாட்டுவளம் உரைத்தல் உண்டு.

"ஒரு பிடி படியும் சீறிடம்
எழு களிறு புரக்கும் நாடு கிழவோயே?"

என்கிறது புறநானூறு.

ஒரு பிடியானை படுத்துறங்கும் சிறிய இடத்தில் ஏழு களிற்று யானைகள் உண்ணப் போதுமான விளைபொருளை விளைவிக்க வல்ல வளமிக்க நாட்டின் தலைவன்.

பல புலவர்களின் பெயர்கள் தெரியாமல் அவர்கள் எடுத்தாண்ட இயற்கை நயம்மிக்க உவமைகளாலேயே அழைக்கப்பட்டிருப்பதைப் பார்க்கிறோம். 'அணிலாடு முன்றிலார்', 'விட்ட குதிரையார்', 'மீனெறி தூண்டிலார்' போன்றவை உதாரணங்கள்.

யானே ஈண்டையேனே; என் நலனே,
ஏனல் காவலர் கவண் ஒலி வெரீஇக்
கான யானை கைவிடு பசுங்கழை
மீன் எறி தூண்டிலின் நிவக்கும்
கானக நாடனொடு, ஆண்டு, ஒழிந்தன்றே

(குறுந்தொகை)

நான் இங்குதான் இருக்கிறேன். என் மகிழ்ச்சியோ என்னிடத்தில் இல்லை. அது மீன் சிக்கிய தூண்டிலை விரைந்து மேலே எடுப்பது போலே, தினைப்புனத்தைக் காப்போர் கல்லெறியும் ஓசைக்கு அஞ்சி, காட்டு யானை தான் வளைத்துப் பிடித்திருந்த மூங்கிலைச் சட்டென விட்டுவிட்டு நீங்கும் காட்டைச் சேர்ந்த தலைவனோடு போய்விட்டது.

'விட்ட குதிரையார்' இதே "கான யானை கை விடு பசுங்கழை"க்கு அவிழ்த்துவிட்ட குதிரையின் விசையை உவமை சொல்கிறார். இப்பாடல்களிலெல்லாம் இயற்கைச் சித்திரிப்புகள் வெறும் பின்புலமாக இல்லாமல் உள்ளுறையாகப் பாடலின் கருத்தை வலியுறுத்திச் சிறப்பிப்பதைக் காணலாம்.

அழகில் கொதிக்கும் அழல்

“புதல் மிசை நுடங்கும் வேழ் வெண் பூ
விசும்பு ஆடு குருகின் தோன்றும் ஊரன் . . .”

என்கிறது ஐங்குறுநூறு.

பசும்புதர்களுக்கு மேலே அசைந்து நிற்கும் வேழத்து வெண் பூக்கள், வானத்தில் பறந்து செல்லும் குருகைப் போல் உள்ளனவாம்.

“காவிரி மலிர் நிறை அன்ன நின் மார்பு” என்று தலைவனை ஏசுகிறாள் தலைவி. வெள்ளம் புரளும் காவிரியைப் போன்ற அகன்ற மார்பு கொண்டவன் தலைவன். அப்போதுதானே எண்ணற்ற பரத்தையரை அதில் அணைக்க இயலும்?

பொழுதும் சங்கப்பாடல்களில் விரவிக் கிடக்கின்றன. அதில் அந்தியின் அழகும் அது தலைவிக்குத் தரும் துயரமும் குறித்து ஏற்கெனவே “நார் இல் மாலை” என்கிற தலைப்பில் ஒரு விரிவான கட்டுரை எழுதியுள்ளேன். மாலை அதிகமும் ஒரு வில்லன் பாத்திரம் ஏற்று வருகிறது.

“தோள்தோய்க் காதலர்ப் பிரிக்கும் வாள்போல் வந்தது வைகறை” என்று வைகறையை நோகிறாள் ஒரு தலைவி. புணர்ச்சியில் இருக்கும் இருவருக்குமிடையே ஒரு வாள்போல் இறங்குகிறதாம் வைகறைப் பொழுது.

திருக்குறள் இரண்டே அடிகளால் எழுதப்பட்டிருந்தாலும் அதனுள்ளே அனிச்சமும் அன்னமும் குவளையும் யானையும் வந்துவிடுகின்றன.

கொக்கொக்க கூம்பும் பருவத்து மற்றதன்
குத்தொக்க சீர்த்த இடத்து.

மனிதர்கள் திட்டமிட்டுக் காத்திருந்து, சரியான தருணத்தைத் தட்டித்தூக்கி, கட்டியெழுப்பும் லட்சியக் கோட்டைகள் நாசமாய்ப் போகட்டும்... எனக்கு இந்தக் கவிதையின் காட்சி அழகும் சந்த நயமுமே போதுமானது

சிலப்பதிகாரம் ‘மா மழை போற்றுதும், ஞாயிறு போற்றுதும், திங்களைப் போற்றுதும்’ என்று வேண்டியே தொடங்குகிறது. கம்பன் தன் காவியத்திற்குள் நுழையும்முன் கோசல நாட்டைச் செழிக்கச் செய்யும் சரயு நதியை இருபது பாடல்களில் விரிவாகப் பாடுகிறான்.

இயற்கை நம்மோடுதான் வாழ்கிறது. நம்மைக் குணப்படுத்தவும், துயர்ப்படுத்தவுமாக அவை நம் வாழ்வில் ஒரு தவிர்க்க இயலாத பகுதி. வானத்து மீனிற்கும் கோயமுத்தூர் பூனைக்கும் இடையே உறுதியாக ஒரு கோடு உள்ளது. “அற்றைத் திங்களுக்கும் பாரி மகளிர்க்கும்” என்று சொன்னால் நாம் பலமாகத் தலையசைத்து ஒத்துக் கொள்வோம்.

கம்பராமாயணத்தில் ஒரு காட்சி...

அன்னவள் கூறுவாள்,
  'அரசர்க்கு, அத்தையர்க்கு,
என்னுடைய வணக்கம் முன்
  இயம்பி, யானுடைப்
பொன் நிறப் பூவையும்
  கிளியும் போற்றுக என்று
உன்னும் என் தங்கையர்க்கு
  உணர்த்துவாய்' என்றாள்.

இராமனையும் சீதையையும் காட்டில் விட்டுவிட்டு நாடு திரும்பப் போகும் சுமந்திரன் என்ற அமைச்சரிடம் சீதை சொல்லும் பாடல் இது...

'முதலில் என் வணக்கத்தை அரசர்க்கும் அத்தைக்கும் தெரிவியுங்கள். பிறகு நான் அன்போடு வளர்த்துவந்த மைனாவையும் கிளியையும் பத்திரமாகப் பார்த்துக் கொள்ளும்படி என் தங்கையரிடம் சொல்லுங்கள்.'

வாழ்வு தலைகீழாகப் புரண்டுகிடக்கும் தருணத்திலும் கூட அவள் மைனாவையும், கிளியையும் மறந்துவிடவில்லை. கற்பின் கனலி எவ்வளவு பேதைப் பெண்ணாகவும் இருக்கிறாள் என்பதை அழகாக உணர்த்திவிடுகிறார் கம்பர். இன்னொரு பாடலில் எங்கே தன்னைக் கண்டால் இராமனுக்கு சீதையின் விழிகள் நினைவு வந்து வருந்தும்படி ஆகிவிடுமோ என்றஞ்சி நீருள் ஓடி ஓடி ஒளிந்துகொள்கின்றன மீன்கள் என்று எழுதுகிறான்.

களிப் படா மனத்தவன்
  காணின், "கற்பு எனும்
கிளிப் படா மொழியவள்
  விழியின் கேள்" என,
துளிப்படா நயனங்கள்
  துளிப்பச் சோரும்' என்று,
ஒளிப் படாது, ஆயிடை
  ஒளிக்கும் மீனது.

பாரதி குயிலின் பாட்டை 'உவமையிலா இன்பம்' என்கிறான்.

காட்டு நெடுவானம் கடலெல்லாம் விந்தையெனில்
பாட்டினைப் போல் ஆச்சர்யம் பாரின் மிசை இல்லையடா!...

ஆசைதரும் கோடி அதிசயங்கள் கண்டதிலே
ஓசைதரும் இன்பம் உவமையிலா இன்பம் அன்றோ?

மது ஒரு பருப்பொருள் திரவம் என்பது எதார்த்தம். பாரதி அதை ஒரு நிலையாக்கி உன்னத அனுபவங்களுக்கு இட்டுச் செல்கிறான். மது எங்கும் நிறைந்த ஒரு மதுர நிலையாகி விடுகிறது.

மது நமக்கு, மது நமக்கு, மது நமக்கு விண்ணெலாம்...
மது நமக்கு மதியும் நாளும், அது நமக்கு வான மீன்.
மது நமக்கு மண்ணும் நீரும், அது நமக்கு மலையெலாம்.

நிலவுப் பாட்டு

வாராய் நிலவே வையத் திருவே
வெள்ளைத் தீவில் விளையுங் கடலே
வானப் பெண்ணின் மதமே, ஒளியே
வாராய், நிலவே வா.

மண்ணுக்கு உள்ளே அமுதைக் கூட்டிக்
கண்ணுக்கு உள்ளே களியைக் காட்டி
எண்ணுக்கு உள்ளே இன்பத் தெளிவாய்
வாராய், நிலவே வா

இன்பம் வேண்டின் வானைக் காண்பீர்
வான் ஒளி தன்னை மண்ணில் காண்பீர்,
துன்பம்தான் ஓர் பேதைமை அன்றே!
வாராய், நிலவே வா

அச்சப்பேயைக் கொல்லும் படையாம்
வித்தைத் தேனில் விளையும் களியாய்
வாராய், நிலவே வா.

இருட்டில் டார்ச்லைட், பாம்பு அச்சத்திலிருந்து பாதுகாப்பது போலல்ல நிலவுக்காப்பு. அது அகத்தே விளையும் இருளையும் அந்த இருள் தரும் அச்சத்தையும் விரட்டிவிடக் கூடியது

காற்று

காற்றே, வா

மகரந்தத் தூளைச் சுமந்து கொண்டு, மனத்தை
மயலுறுத்துகின்ற இனிய வாசனையுடன் வா.
இலைகளின் மீதும், நீரலைகளின் மீதும் உராய்ந்து, மிகுந்த
ப்ராண– ரஸத்தை எங்களுக்குக் கொண்டு கொடு

காற்றே, வா

எமது உயிர் நெருப்பை நீடித்து நின்று நல்லொளி தருமாறு
நன்றாக வீசு.
சக்தி குறைந்து போய் அதனை அவித்து விடாதே.
பேய் போல் வீசி, அதனை மடித்து விடாதே.
மெதுவாக நல்ல லயத்துடன், நெடுங்காலம் நின்று
வீசிக் கொண்டிரு.

உனக்குப் பாட்டுக்கள் பாடுகிறோம்.
உனக்குப் புகழ்ச்சிகள் கூறுகிறோம்
உன்னை வழிபடுகின்றோம்.

கலை கலைக்கானதே! என்றும் கலை மக்களுக்கானதே என்றும் உளுத்துப் போன, சண்டையிடுவதற்கு வசதியான மேற்கோள்களைப் பிடித்துக்கொண்டு நாம் தொங்கிக் கொண்டிருக்கிறோம்.

உண்மையையும் அழகையும் எதிர் எதிரே நிறுத்திப் பார்ப்பதில் நமக்கு ஆர்வம் அதிகம் என்று தோன்றுகிறது. ஆனால் எமிலி டிக்கின்சனின் ஒரு கவிதை உண்மையும் அழகும் உடன் பிறந்தவை என்கிறது.

நான் அழகிற்காக இறந்தேன்
கல்லறையில் வைக்கப்பட்டேன்
உண்மைக்காக உயிர்விட்ட ஒருவர்
என்னருகே படுக்கவைக்கப்பட்டபோது
அஞ்சினேன்
நான் ஏன் இறந்தேன் என்று
அவர் கேட்டார்
'அழகிற்காக' என்றேன்.
'நான் உண்மைக்காக, நாமிருவரும்
சகோதரர்கள்' என்றார் அவர்
அவ்வாறாக உறவினர்களைப் போல
இரவு முழுக்க உரையாடினோம்
புல் வளர்ந்து பரவி
எங்கள் உதடுகளை மூடி
எங்கள் பெயர்களை மறைக்கும்வரை.

உண்மை, நன்மை, அழகுகள் என்பனவெல்லாம் ஒன்றின் வேறு வேறு பெயர்கள் மட்டுமே என்கிறார் எமர்சன். ஒரு அப்பாவி உயிரைத் துடிக்கத் துடிக்கக் கொன்றுவிட்டு, அந்த இரத்தக் கறையோடு பியானோ வாசிக்கும் வில்லன்களை சினிமாக்கள் காட்டுவதெல்லாம் அவனொரு கொடூரமான விதிவிலக்கு என்று நிறுவத்தான். உண்மையைக் கொல்லும்போது அழகையும் சேர்த்தேதான் கொல்கிறான். எனவே பியானோ வாசிப்பதில் அவனுக்கு நடுக்கமேதுமில்லை.

கல்யாண்ஜியின் கவிதை ஒன்று...

முகவரிதாரரிடம்
இந்தக் கனத்த பொதியை
மழையில் நனையாமல்
ஒப்படைத்துவிட வேண்டும்
பூட்டிய கதவில்
ஒரு சிலந்திமனிதனின் ஒட்டுப்படம்.
மின்தடையில் அழைப்புமணி
ஒத்துழைக்கவில்லை.
அங்கிருந்த
முட்டைத்தோடை விட்டு

நெடுந்தூரம் வந்திராத ஒரு
குட்டிபல்லி இடம் மாறியது
வேறொரு கண்டத்திற்குப் பறப்பது போலத்
தாவியதில் அது எங்கு விழுந்ததோ?
பின் வாங்கியதில் என் மேல் உரசியது
காட்டமான வாசனையுடன் அரளிக்கொத்து
இதுவரை பார்க்காத
ஒரு துருவேறிய நிறத்தில்
ஏழெட்டுக் காளான்கள் வரிசையாய்
உபரியாக ஒரு தேரைத் துள்ளலும்
தரைச்சக்கரம் போல் சுருண்ட
வளையல் பூச்சியும்.
"ரொம்ப நேரமாக நிற்கிறீர்களா?"
கதவைத் திறந்த கைவளையல்கள்
கனிவுடன் சரிந்தன மணிக்கட்டின் மெலிவில்.
சொல்லவில்லை நான்,
இத்தனையும் பார்க்க
நின்றால்தான் என்ன
எத்தனை நேரமும் என்று.

பொதுவாக நாம் எங்கு இருக்கிறோமோ அங்கு இருப்ப தில்லை. சிலர் இமயமலைப் பயணத்தின்போதும் 'இலவச மாக' எதிர்வீட்டுக்காரனை அழைத்துப்போய்விடுகிறார்கள். நீலத்தையே காணாமல் கடற்பயணத்தை நிறைவுசெய்துவிட நம்மால் முடியும். மாறாக எங்கு நிற்கிறோமோ அங்கு பார்க்க முடிந்தால் எவ்வளவு பார்க்க முடிகிறது, கைவளைகள் மணிக்கட்டில் கனிவுடன் சரியும் காட்சி உட்பட.

மனிதர்களின் பிரமாண்டங்களாலும், ஆர்ப்பாட்டங் களாலும் நெருங்கவே இயலாத ஒரு திருவிழாத் தருணத்தைக் கைப்பற்றித் தன் கவிதையில் வைத்துக் கொண்டாடி மகிழ்கிறார் ஷங்கர் ராமசுப்பிரமணியன்.

திருவிழா

மழையில் குளித்த
மாமரம்
சற்றே தாழ்ந்து
முருங்கைக்கிளை மீது வடிக்கிறது
துளிபாரம் தாளாத
இலைகள்
தங்கையென நின்றிருக்கும்
பப்பாளி இலைகளில்
சொரிகிறது.
தொடங்கிவிட்டதா
உங்கள் பண்டிகை.

"மது நமக்கு மாதர் இன்பம், மது நமக்கு மது வகை" என்கிறான் பாரதி. இந்த வாழ்வின் எவ்வளவோ மதுக்களில் ஒரு மது மதுவகை. மலரும் அப்படித்தான்போல. மலர் என்பது மலர்வகைகளில் ஒன்று. வாஞ்சையோடு நோக்கப்படும் எதிலும் மலர்ந்துவிடுகிறது ஒரு மலர். அதிலிருந்து எழுகிறது அவ்வளவு நறுமணம்.

பாதிமலர்

வீட்டின் முன்கதவு திறந்திருக்கிறது
முழுவதும் மூடாமல்
முழுவதும் திறக்காமல்
பாதியாக.
வானில் இருந்து
ஓர் அதிகாலை நட்சத்திரம்
கண்ணடிக்கிறது
மலர்ந்தும் மலராத பாதிமலர் போல
இருக்கும்
அந்த வீட்டைப் பார்த்து.

(கதிர்பாரதி)

"இயற்கையை அறிதல்" நூலில் எமர்சன் சொல்கிறார்...

"கற்பனை என்றால் என்ன? ஞானம் பருப்பிரபஞ்சத்தை பயன்படுத்திக்கொள்ளும் விதம்தான் அது... ஜடப் பிரபஞ்சத்தின் இருப்புபற்றி ஒருபோதும் ஐயப்படாத ஒருவன் ஆன்மீகத் தேடலுக்குத் தகுதியற்றவன் என்று உறுதியாகவே கூறிவிட முடியும்.

சரக்கொன்றையும் கருங்குருவியும் இங்கு நமக்காகப் படைக்கப்படவில்லை. நமக்குக் கண்காட்சி காட்டுவது அவற்றின் பணியல்ல. ஆனால் அத்தனை அழகையும் அள்ளிப்பருகும் வாய்ப்பு மனிதனுக்கு வழங்கப்பட்டுள்ளது. ரோஜாக்களுக்கு நீரூற்றி நீரூற்றித்தான் மனிதன் செழிக்க இயலும். மலரில் ததும்பும் ஒன்று நம்மை வாழ்வை நோக்கி அழைக்கிறது. இயற்கை நம்மோடு உரையாடுவதில்லை. நம் சிக்கல்களுக்கு ஆலோசனைகள் வழங்குவதில்லை. நமது காயங்களுக்கு மருந்திட்டுக் கட்டுவ தில்லை. ஆனால் கட்டைவிரலளவுக் கருங்குருவியால் நம்மைத் 'தான்' என்கிற சகதியிலிருந்து வெளியே அழைத்துச்சென்றுவிட முடியும்.

அழகில் கொதிக்கும் அழல்

10

புதுமைப் பித்து

குழந்தையின் இதயத்தைப் போன்றொரு பிஞ்சு
                           அகல் விளக்கு
அதில்
குழந்தையின் மஞ்சள் நாவைப் போன்றொரு
                           மெலிந்த சுடர்
அதைப்
பெரிய புயலொன்றை வைத்து ஊதி
                        அணைக்கிறார்கள் யாரோ
குழந்தை மரணமுறுகிறது.

                    o

இந்த நாய்க்குட்டி ஏன் இவ்வளவு முன்கூட்டியே
வந்துவிட்டது?
ஒரு நாளானது திறக்கும் முன்பே
வயலில் கோதுமைகள் விதைக்கும் முன்பே
ரொட்டி கடைக்காரன் பிறக்கும் முன்பே
அவனின் தகப்பனும் தாயும் சந்தித்துக்கொள்ளும்
                               முன்பே

பழமையான ரொட்டியின் வாசனையை நுகர்ந்தபடியே
வந்துவிட்டாய் நாய்க்குட்டியே
17 ஆண்டுகள் முன்பே சுட்டு அடுக்கப்பட்ட
உன் கற்பனை ரொட்டி
எவ்வளவு இறுக்கமானது தெரியுமா?
மேலும் 17 ஆண்டுகள் அதைக் கடித்துக்
                             கொண்டிருப்பாய்
வாயெல்லாம் உன் சொந்தக் குருதி வழிய வழிய...

                    o

என் தொண்டைச் சளியே
உன் மார்பிலிருக்கும் குறுமிளகே...

                                 (நரன்)

நரனின் கவிதைகள் குறித்துப் பேசும் எவரும் "மேஜிக்" என்கிற சொல்லை வந்தடைவதைக் கவனித்திருக்கிறேன். தமிழ்க் கவிதைப் பரப்பில் தென்படும் வினோத உயிரிகள் அவன் கவிதைகள். அதன் புதுமையின் நிமித்தம் தனித்துத் தெரிபவை.

கவிதையின் இயல்பே புதிதுதான். நமக்கு பிடித்துப் போன எல்லா கவிதைகளிலும் நாம் இதுவரை காணாத ஏதோ ஒரு புதிது உள்ளது. நாம் இங்கு காணப்போகும் கவிதைகளைப் புதுமை கூடியவை என்று வகைப்படுத்தலாம். சொல்லாலோ, பொருளாலோ, சொல்லும் உத்திகளாலோ இவை ஆயிரம் நல்ல கவிதைகளுக்கிடையிலும் தனித்துக் கண் சிமிட்டுபவை. சங்கத்து அவ்வை முதல் நவீனப் பாணன் என்று மெச்சப்படுகிற வெய்யில் கவிதைகள்வரை இந்தப் புதுமைப்பித்தின் சங்கிலி தொடர்ந்து வரக் காண்கிறோம்.

அவ்வையின் புறநானூற்றுப் பாடல் ஒன்று. அதியமான் இறந்த போது பாடிய கையறு நிலைப்பாடல்...

சிறிய கள் பெறினே எமக்கு ஈயும் மன்னே
பெரிய கள் பெறினே
யாம்பாடத் தான் மகிழ்ந்து உண்ணும் மன்னே...
....

அருந்தலை, இரும்பாணர் அகன்மண்டைத் துளைஉரீஇ
இறப்போர் கையுளும் போகி
புரப்போர் புன்கண் பாவை சோர
அம்சொல் நுண் தேர்ச்சி புலவர் நாவில்
சென்று வீழ்ந்தன்று அவன்
அருநிறத்து இயங்கிய வேலே
ஆசாகு எந்தை யாண்டு உளன் கொல்லோ
இனிப் பாடுநரும் இல்லை பாடுநர்க்கு ஒன்று
ஈகுநரும் இல்லை.........

அதியமானின் நெஞ்சை நோக்கி எறிந்த வேல் முதலில் பாணர்களின் உண்கலங்களைத் துளையிடுகிறது. பிறகு இரவலர்களின் கைகளை ஊடுருவுகிறது. பிறகு பாணனை நம்பி வாழும் அவன் சுற்றத்தார் கண் மயங்கிச் சோர, நுண்ணறிவு கொண்ட புலவர் நாவில் சென்று தைக்கிறது என்கிறது பாடல். அதியனை நோக்கி எறிந்த வேல் பலவாகி வெவ்வேறு இடங்களில் அவனை நம்பியிருந்த எல்லார் மேலும் விழுந்து தைத்தது என்று வாசிக்கலாம்; அல்லது வேல் பாணர் கலங்களை உடைத்து, இரவலர் கைகளைக் கிழித்து, புலவர்கள் நாவைத் தைத்து இறுதியில் அதியமானின் நெஞ்சில் சென்று விழுந்தது என்று வாசிக்கலாம். எப்படி வாசித்தாலும் இப்பாடலின் அதிசயம் குறைந்துவிடவில்லை.

அழகில் கொதிக்கும் அழல்

அணி என்றால் அலங்காரம். தண்டியலங்காரம் அணி இலக்கணம் பேசவே எழுந்த தனி நூலாகும். இலக்கணங்களில் அணி இலக்கணம் ஒரு சுவாரஸ்யமான பகுதி. அவை அழகோடும் புதுமையோடும் தொடர்புள்ளவை. ஆகவே அணி இலக்கணத் தோடு திகழும் பாடல்கள் நம் நெஞ்சங்களில் நீங்காது நிலைத்துவிடுபவை. பள்ளியில் பயின்ற, 'பிறிது மொழிதல் அணி' யில் திகழும் "பீலி பெய் சாகாடும்..." எனத் தொடங்கும் குறள் பிறிதை மொழிந்து, தான் நினைக்கும் கருத்தை வலியுறுத்தும் உத்திக்காகவே என்னைச் சட்டென ஈர்த்துக்கொண்ட ஒன்று. 'தற்குறிப்பேற்ற அணி' குறித்து அறிந்த நாளில் ஒரு புதிய கண்டுபிடிப்பை நிகழ்த்தி விட்ட மகிழ்ச்சியில் அந்த நாள் முழுக்க திளைத்திருந்தேன். 'பாரி பாரி என்று பல ஏத்தி' என்கிற கபிலரின் பாடல் நம் எல்லோர் மனங்களிலும் மனப்பாடமாக இருக்க 'வஞ்சப்புகழ்ச்சி அணி'யின் சுவாரஸ்யமே காரணம். இந்த அணிகளின் சாயைகள் இன்றைய கவிதை வரை ஏதேனும் ஒரு விதத்தில் தொடரவே செய்கின்றன. உவமை இல்லாமல் மொழியே இல்லை என்கிற அளவிற்கு உவமையணி நம் மொழியை ஆக்கிரமித்துள்ளதைப் பார்க்கிறோம். சமீபத்தில் வாசித்த என். டி. ராஜ்குமாரின் ஒரு கவிதை...

கரு நாகத்தின்
சுழி முனையில்
வல்லயத்தின் கூர்மையுடன்
மணிச் சதங்கை அதிர
உக்கிர தாண்டவமாடிக்கொண்டிருக்கிறது
அட்டகாசமான நம் காதல்.

இந்த உவமையழகை இனி மறக்க இயலுமா? காதல் நினைவு எழும்போதெல்லாம் இனி கருநாகத்து மணிச்சதங்கையும் கூடவே எழும் அல்லவா? அதியமானின் பரிசு எவ்வளவு நிச்சயமானது என்றறிவதற்கு அவ்வை சொல்லும் உவமை, 'யானை தன் கோட்டிடை வைத்த கவளம் போல' என்பது. இனி யாரும் அதை யானையிடமிருந்து தட்டிப் பறித்துவிட முடியாதல்லவா? அவ்வளவு உறுதி! அவ்வளவு நம்பிக்கை! சங்க இலக்கியம் முழுக்கவே இதுபோன்ற உவமையழகுகள் நிரம்பியவை.

ஆதி மனிதனுக்குத் தன் அடிப்படைத் தேவைகளைப் பரிமாறிக்கொள்ள சைகையே போதுமானதாக இருந்திருக்கும். "உன்னைப்புணர விரும்புகிறேன்" என்று சொல்வதற்கு நிச்சயம் ஒரு சைகை இருந்திருக்கும். "உன் மார்பில் தலைசாய்த்துத் துயில விரும்புகிறேன்" என்று சொல்ல சைகை உதவியிருக்காது என்று நினைக்கிறேன். அவன் மனம் வளர வளர அவனுக்கு சைகை பத்தாமல் போயிருக்கலாம். அவன் நிர்வாணத்திலிருந்து

இலையாடைக்கு மாறினான். மொழியைக் கண்டறிந்தான். நாகரிகமடைந்தான். மொழி வழி சிந்தித்து இன்று எல்லா உயிர் குலங்களுக்கும் மேலானவனாகத் திகழ்கிறான். மொழியை இலையாடையின் குழந்தை என்று சொல்லலாம்.

சைகை போதாமல் மொழி வந்தது போல் புழங்குகிற மொழியின் போதாமையால்தான் அதில் புதுப்புது அழகுகள் முளைத்தெழுகின்றன. புதுப்புது சொற்கள் உருவாகின்றன. சாமானியனுக்கே சமயங்களில் மொழி போதாமல் போய்விடுகிறது எனும்போது மொழியில் வாழும் கவியின் நிலை கவலைக்கிட மாகி விடுகிறது. அவன் ஒன்றைச் சொல்ல விரும்புகிறான். அதைச் சரியாகச் சொல்ல முயல்கிறான். சரியாகச் சொன்ன பிறகும் அதில் ஏதோ நிறைவில்லை. சரியாகச் சொன்னது போதாமல் புதிதாகவும் சொல்லத் துடிக்கிறான். சொல்லச் சொல்லச் சொன்னதெல்லாம் பழசாகிவிடுகிறது. புதிய சொல்லிற்கு, புதிய அழகிற்கு அவன் ஏங்கிச் சாகிறான். நெருப்பென்றால் வாய் வெந்துவிட வேண்டும் என்று புலம்புகிறான். அவ்வளவு பெரிய வானத்திலிருந்து புதிதாக ஏதேனும் இறங்கி வந்துவிடாதா என்று அண்ணாந்தபடியே நடந்து போய் லாரிக்குள் விழுகிறான்.

தற்குறிப்பேற்ற அணியில் ஒரு பாடல்... புகழ்பெற்ற பாடல்தான். சிலப்பதிகாரத்தில் மதுரை நகருக்குள் கோவலனும் கண்ணகியும் நுழையும் காட்சி.

> கருநெடுங் குவளையும் ஆம்பலும் கமலமும்
> தையலும் கணவனும் தனித்து உறு துயரம்
> ஐயம் இன்றி அறிந்தன போல,
> பண் நீர் வண்டு பரிந்து இனைந்து ஏங்கி,
> கண்ணீர் கொண்டு கால் உற நடுங்க
> போர் உழந்து எடுத்த ஆர் எயில் நெடுங் கொடி,
> 'வாரல்' என்பன போல், மறித்துக் கை காட்ட;

இருவரும் ஓர் அகழியைக் கடந்து வருகிறார்கள். அதில் உள்ள மலர்களைச் சுற்றி வண்டினங்கள் இயல்பாக ரீங்கரிக்கின்றன. ஆனால் இருவரும் அடையப் போகும் துயரத்தை முன்பே அறிந்து வண்டின் வாயாலே மலர்கள் அழுகின்றன என்கிறார் இளங்கோவடிகள். அங்குள்ள மதில் மேல் ஒரு கொடி இயல்பாகப் பறக்கிறது. அக்கொடி இருவரையும் பார்த்து "வர வேண்டாம்... வர வேண்டாம்" என்று மறிப்பது போல் கைகாட்டிப் பறப்பதாகச் சொல்கிறார் அடிகள்.

இதுபோன்றே ஒரு கொடி கம்பராமாயணத்தில் வருகிறது. சீதையை முதன்முதலாகக் காணவரும் இராமனை மிதிலை நகரத்துக் கொடிகள் "ஒல்லை வா" என்று விரைந்து வரச்சொல்லி அழைக்கின்றனவாம்.

தமிழ்க் கவிதையை ஒரு காலத்தில் ஹைக்கூ என்கிற கொள்ளை நோய் தாக்கியது. வீதிக்கு நாலு பிணங்கள் விழுந்தன. புதைக்க இடமில்லாமல் ஒரே குழிக்குள் ஒன்பது பிணங்களைத் தள்ளி மூட வேண்டியிருந்தது. ஹைக்கூவை மூன்று வரி முரண் என்று தவறாகப் புரிந்துகொண்டதால் இங்கு அவை வாரி வாரி இறைக்கப்பட்டன. அதனால் அதன்மீது கடும்காழ்ப்பே உருவாகிவிட்டது. ஹைக்கூ எழுதாதே, அது நம் சுதந்திரத்திற்கு பிடித்த கேடு எனச் சில இளைஞர்களுக்கு உபதேசமாகவும் வழங்கியிருக்கிறேன். ஆனால் 'ஹைக்கூ கவிஞனின் உச்சபட்ச சாத்தியத்தை கோரும் ஒரு வடிவம்' என்று சொல்லப்படுகிறது. ஒரு கவியாக கவிஞர்களின் அசட்டை குறித்தும் நான் அறிந்திருப்பதால் இந்தக் கோணம் பொருட்படுத்தத்தக்க ஒன்றே. இந்த உச்சபட்ச சாத்தியத்தை நமது திருக்குறளில் பொருத்திப் பார்த்தால் அய்யன் தன் உயிரை ஈந்து செறிவேற்றிய பாடல்கள் எனப் பலவற்றைச் சொல்லலாம். வார்த்தை விளையாட்டுகள், அணி விளையாட்டுகள் தவிர்த்து தன் வசம் உள்ள ஒன்னே முக்கால் அடிக்குள் அய்யன் நிகழ்த்திய ஜாலங்கள் அநேகம். "அணுவைத் துளைத்து ஏழ்கடலைப் புகட்டி..." என்கிற பாராட்டு சத்தியமானது தான்; இதை நாம் பல பாடல்களில் காண முடியும்.

நடுகல் குறித்த வரலாற்றுச் செய்தி நாம் அனைவரும் அறிந்ததே. 'படைச்செருக்கு' அதிகாரத்தில் ஒரு குறள்... பேசப் போவது படைச் செருக்கைத்தான். ஆனால் அதில் காதலின் தேன் தடவிவைத்துள்ளார். அப்பாடல் ஒரு தலைவியின் கூற்று போல் அமைந்துள்ளது...

என்னைமுன் நில்லன்மின் தெவ்விர் பலரென்னை
முன் நின்று கல்நின்றவர்.

(என்னை – என் ஐ – தலைவன்)

முக்கியமான வரலாற்றுச் செய்தியைக் கல் நின்றவர் என்கிற இரண்டு சொல்லில் சொல்லிவிட்டுக் கடந்துவிடுகிறார். நமக்கு அது விளங்குகிறது. விளங்குவது மட்டுமல்ல. தித்திக்கவும் செய்கிறது. படைச்செருக்கு அதிகாரத்தின் கீழ் வாசிக்காமல் தனியே வாசித்தாலும் விளங்குவதில் சிக்கல் ஒன்றுமிருப்பதில்லை.

காமத்துப்பாலில் 'புலவி நுணுக்கம்' என்கிற முழு அதிகாரமும் காதல் உறவில் இன்றும் காணக்கிடைக்கும் ஒரு சுவாரசியமான நாடகம்.

யாரினும் காதலம் என்றேனா ஊடினாள்
யாரினும் யாரினும் என்று.

யாரினும் உன்னைக் காதலிக்கிறேன் என்றேன். யாரை விட? யாரை விட எனக் கேட்டு ஊடுகிறாள்.

விளக்கற்றம் பார்க்கும் இருளேபோல் கொண்கன்
முயக்கற்றம் பார்க்கும் பசப்பு.

இருளானது விளக்கு அணையும் கணத்தை எதிர்பார்த்துக்
காத்திருப்பதுபோலே, தலைவன் தலைவியை விட்டு நீங்கவெனக்
காத்து நிற்கிறது பசலை.

விளக்கு அணைந்த மறுகணம் முழுஇருள் சூழ்ந்துகொள்வது
போல, தலைவன் தலைவியை நீங்கிய மறுகணம் பசலை
படர்ந்து நிறைந்துவிடுகிறதாம். இந்தப் பாடலில் பசப்பு
ஒரு பிசாசைப் போல கட்டிலின் மேலுள்ள விட்டத்தில்
தருணம் பார்த்து, தயார் நிலையில் குந்தியுள்ள காட்சி ஒன்று
விரிகிறதல்லவா?

தமிழ் இலக்கிய வரலாற்றில் நகை என்கிற சுவை தனிப்
பாடல்களின் காலம்வரை அரிதாகவே காணக்கிடைக்கிறது.
அப்படி அரிதான ஒரு நகை நந்திக் கலம்பகத்தில் உண்டு.
தமிழ் இலக்கியங்களில் நகை தேடும் முயற்சியாக நான் எழுதிய
"பழைய யானைக் கடை" நூலிற்காக ஒருநாள் நள்ளிரவு இரண்டு
மணி அளவில் இந்தப் பாடலைக் கண்டறிந்தேன். அதிகாலையில்
வழக்கம் போல் எழுந்து வழக்கத்திற்கு மாறாக நடைப்பயிற்சி
யில் இரண்டு கி.மீ சேர்த்து நடந்தேன். ஒரு நாளையே உற்சாகத்தில்
மிதக்கச் செய்த பாடல்...

ஈட்டுபுகழ் நந்திபாண நீ எங்கையர்தம்
வீட்டிருந்து பாட விடிவளவுங் – காட்டில் வாழும்
பேய் என்றாள் அன்னை பிறர் நரி என்றார் தோழி
நாய் என்றாள் நீ என்றேன் நான்.

தலைவனின் பரத்தமை தொடர்பாக ஊடலில்
இருக்கிறாள் தலைவி. ஊடல் தீர்ப்பதற்காக ஒரு பாணனைத்
தூது அனுப்புகிறான் தலைவன். அந்தப் பாணனை நோக்கிய
தலைவியின் பாடல் இது...

நந்தியின் பாணா! நீ என் தங்கையான பரத்தையின் வீட்டில்
இருந்தபடி விடிவளவும் பாடிய பாடல்களைக் கேட்டோம்.
அச்சத்தம் கேட்டுக் காட்டில் வாழும் பேய் என்றாள் அன்னை.
பிறர் நரி என்றார். தோழி நாய் என்றாள். நீ என்றேன் நான்.

கலிங்கத்துப்பரணி, வியக்கச் செய்யும் போர்க்களக்
காட்சிகள் கொண்டது. பேய்களைக் குறித்த அச்சமூட்டும்
வர்ணனைகளையும் பாலை நிலத்தின் பயங்கரச் சித்திரங்
களையும் இதில் விரிவாகக் காணமுடிகிறது. இன்றைய தமிழ்
சினிமாவின் சக்சஸ் பார்முலாவான திகிலும் காமெடியும் கலந்த
ஒரு நூல் என்று இதைச் சொல்லலாம்.

செந்நெருப்பினைத் தகடு செய்து பார்
செய்த தொக்கும் அச்செந்தரைப் பரப்பு
அந்நெருப்பினில் புகை திரண்டது ஒப்பு
அலது ஒப்புறா, அதனிடைப் புறா

செக்கச் சிவந்த நெருப்பைத் தகடாக்கி நிலத்தின் மேல் போர்த்தியது போல் கொதிக்கிறது பாலை நிலம். அந்த நெருப்பிலிருந்து புகை எழுவது போல எழுந்து பறக்கின்றனவாம் சில புறாக்கள்.

தீயின் வாயில் நீர் பெறினும் உண்பதோர்
சிந்தை கூர வாய் வெந்து வந்து
செந்நாயின் வாயில்நீர் தன்னை நீரென
நவ்வி நாவினால் நக்கி விக்கும்.

கொடிய வறட்சியால் தாகித்துக் கிடக்கும் மான்கள் உயிரச்சத்தையும் விடுத்து செந்நாயின் வாயிலிருந்து வழிகிற எச்சிலையும் தண்ணீராய்க் கருதி நக்கி விக்கும் நிலையில் கிடக்கின்றது பாலை. தீயின் வாயில் நீர் இருந்தாலும் அதைப் பெறத் தயாராக இருக்குமாம் மான் கூட்டம்.

போர்க்களத்தில் இறந்துகிடக்கும் உடல்களைகொண்டு நிணக்கூழ் செய்து குடிக்கின்றன பேய்கள். அங்கு முறிந்து கிடக்கிற யானைத் தந்தத்தால் பல்லை விளக்கி, ஒரு யானையின் விலா எலும்பை உருவியெடுத்து அதில் நாக்கை வழித்துச் சுத்தம் செய்து கொள்கின்றன. இப்படியாகப் பேய்கள் அம்புகளால் நகம் திருத்தி, வெண்மூளை பூசிக் குளித்து முடித்து, படுவீரர் பற்களை அரிசியாக்கி, உணவு சமைத்து உண்பதுவரை விரிவாகப் பேசப்பட்டுள்ளது. உண்டு முடித்த பின் வெற்றிலை போட வேண்டாமா?

பண்ணும் இவுளிச் செவிச்சுருளும்
பரட்டிற் பிளவும் படுகலிங்கர்
கண்ணின் மணியிற் சுண்ணாம்பும்
கலந்து மடித்துத் தின்னீரே!

குதிரையின் செவிச்சுருளை வெற்றிலையாக்கி, அதன் குளம்புத் துண்டங்களைப் பாக்காக்கி, ஒரு வீரனுடைய கண்ணின் மணியைச் சுண்ணாம்பாகத் தொட்டுக் கொண்டு வெற்றிலை இடுகின்றன பேய்கள்.

கம்பராமாயணத்தில் இருந்து ஒரு பாடல்...

மஞ்சினில் திகழ்தரும் மலையை, மாக்குரங்கு
எஞ்சுறக் கடிது எடுத்து எறியவே, நளன்
விஞ்சையில் தாங்கினான்; சடையன் வெண்ணையில்
தஞ்சம் என்றோர்களைத் தாங்கும் தன்மை போல்.

சீதையை மீட்க இலங்கை செல்ல வேண்டி வானர வீரர்கள் சேது சமைத்த காட்சியைச் சொல்லும் பாடல் இது. மேகம் தவழும் மலையைப் பிடுங்கி ஒரு குரங்கு எறிய அதை நளன் என்பவன் தான் கற்றுத்தேர்ந்த வித்தையாலே ஒரே ஆளாகத் தாங்கினான். எப்படியெனில் திருவெண்ணெய் நல்லூரில் சடையப்ப வள்ளல் தஞ்சம் என்று வருவோரை எப்படி தாங்குவாரோ அப்படி.

இந்தப் பாடலின் கடைசி இரண்டு வரிகள் பட்டி, டிங்கரிங் செய்யப்பட்டவை. பேட்ச்ஓர்க் தெளிவாகத் தெரிகிறது. ஆயினும் கம்பனின் வாழ்வு, வறுமை போன்று நாம் அறிய நேரும் செய்திகளைக் கொண்டு இப்பாடலை ஆரத் தழுவிக்கொள்ளவே என் மனம் விரும்புகிறது. மேலும் இப்பாடலில் இனிதான ஒரு காலக்குழப்பம் உள்ளது. கவிச்சக்கரவர்த்தி தன் கைகளுக்குள் காலத்தை வைத்து ஒரு குலுக்குக் குலுக்கி எறிந்தது போல் உள்ளது இப்பாடல். நமது சாரதி வியத்தகு வழிகளில் பயணம் செய்கிறார். இராமேஸ்வரத்திலிருந்து ஒரே ஒரு *U turn* போட்டால் போதும் திருவெண்ணெய்நல்லூர் வந்துவிடுகிறது.

காளமேகப் புலவரின் பாடல்கள் அதிகமும் ஜனரஞ்சகத் தன்மை கொண்டவை; சொற்சிலம்பம் ஆடுபவை. விதம்விதமாக சிலேடை போடுவது, கொச்சை என்று அஞ்சப்படுபவற்றைத் துணிந்து கைக்கொள்வது, ‘செருப்பு’ எனத் தொடங்கி ‘விளக்குமாறு’ என்று முடிப்பது போன்ற எளிய வித்தைகள், சொற்களைச் சேர்த்துப் பிரித்து அர்த்தங்களில் விளையாடுவது என சமத்காரங்களில் தேர்ந்தவர் அவர். வசையை ஒரு சுவையாக முன் வைத்தவர். அதனால் ‘வசை பாட காளமேகம்’ என்றே சிறப்பிக்கப்பட்டவர். அவரது மொழிப்புலமை வியக்கவைப்பது, அதில் சந்தேகமில்லை. ஆனால் இன்று கவிதை என்கிற அர்த்தத்தில் சொல்லப்படுகிற வஸ்துவுடன் அவரது உறவு குறைவே என்று படுகிறது. எனினும் கடவுள் என்கிற சூப்பர் பவருடன் அவர் தைரியமாக விளையாடிய விளையாட்டுக்களைக் கவிதை என்று சுட்டலாம். காளமேகத்தை எங்கு வைப்பது என்று எப்போதும் எனக்கு ஒரு தீராத தலைவலிதான்.

முருகப் பெருமானின் சிறப்புகள் இவை...

அப்பன் இரந்துண்ணி; ஆத்தாள் மலை நீலி
ஒப்பரிய மாமன் உறி திருடி; சப்பைக்கால்
அண்ணன் பெருவயிறன், ஆறுமுகத்தானுக்கு இங்கு
எண்ணும் பெருமை இவை.

O

வாதக்காலாம் தமக்கு மைத்துனர்க்கு நீரிழிவாம்
பேதப் பெருவயிறாம் பிள்ளை தனக்கு – ஓதக்கேள்

வந்தவினை தீர்க்க வகையறியார் வேளூரர்
எந்த வினை தீர்ப்பாரிவர்.

நடராஜன் வாதக்கால் நோயாளி ஆகிவிட்டார். பாற்கடல் வாசி நீரிழிவு நோயாளி ஆகிவிட்டார். விநாயகருக்கோ பெருத்த வயிறு. இப்படி தமக்கு வந்த வினைகளையே தீர்க்க இயலாத சிவபெருமான் நமது வினைகளை எப்படி தீர்ப்பார் என்கிறார்.

"புதியன விரும்பு", "சோதிமிக்க நவகவிதை" என்று பேசிய பாரதியின் வசன கவிதைகளை நவீன கவிதையின் தோற்றுவாய்களில் ஒன்று எனலாம். இதன் உள்ளடக்கம் வேதத்திலிருந்து எடுக்கப்பட்டது என்று சொல்லப்பட்டாலும், உருவம் நிச்சயம் பாரதியின் ஆங்கில வாசிப்பின் பாதிப்பில் அமைந்ததுதான். இதன் யாப்பு தளைகளற்ற சுதந்திரமான வசன வடிவமும், காட்சிச் சித்திரிப்புகளும் நவீன கவிதைகளின் குணாம்சங்கள்.

ஞாயிறே, இருளை என்ன செய்துவிட்டாய்?
ஓட்டினாயா? கொன்றாயா? விழுங்கிவிட்டாயா?
கட்டி முத்தமிட்டு நின் கதிர்களாகிய கைகளால் மறைத்து விட்டாயா?
இருள் நினக்குப் பகையா?
இருள் நின் உணவுப் பொருளா?
அது நின் காதலியா?
இரவெல்லாம் நின்னைக் காணாத மயக்கத்தால் இருண்டு இருந்ததா?
நின்னைக் கண்டவுடன் நின்னொளி தானுங் கொண்டு நின்னைக் கலந்துவிட்டதா?
நீங்கள் இருவரும் ஒரு தாய் வயிற்றுக் குழந்தைகளா?
முன்னும் பின்னுமாக வந்து உலகத்தைக் காக்கும்படி உங்கள் தாய் ஏவியிருக்கிறாளா?
உங்களுக்கு மரணமில்லையா? நீங்கள் அமுதமா?
உங்களைப் புகழ்கின்றேன்.
ஞாயிறே, உன்னைப் புகழ்கின்றேன்.

பூதலத்தில் எஞ்சியிருக்கும் ரம்மியங்களில் ஒன்று காதல். யுகயுகமாய் விடாது மணம்பரப்பி வரும் இதம். அது ஒருடல் ஈருயிர் என்று பிரிக்க இயலாத பிணைப்பு. சுனையில் கொஞ்சமே இருக்கும் நீரைத் தன் பிணைமான் உண்டு தாகம் தீர்க்கட்டு மென்று ஆண்மான் வெறுமனே குடிப்பதுபோல நடித்துக் கொண்டிருக்கும் காட்சியைக் காட்டுகிறது ஒரு சங்கப்பாடல். இன்றைய கவிஞர்களை சங்க இலக்கியம் படி... படி என்றால் படிப்பதில்லை. பாருங்கள். எல்லாப் புனிதங்களையும் பூட்ஸ் காலால் நசுக்குவதற்கென்றே பிறந்ததுபோல கவிதை

எழுதுகிறார்கள். பெருந்தேவியின் 68வது பிரிவு என்கிற கவிதை பிரசித்தி பெற்றது. அவரது லதாவும் கந்தசாமியும் தற்போது 1003வது பிரிவில் இருப்பதாக நேற்றைய மாலை முரசில் ஒரு பிட் நியூஸ் படித்தேன். அவரது இன்னொரு கவிதை...

கலி முத்திவிட்டது

முன்பு போலெல்லாம்
காதலர்கள் இப்போதில்லை
குட்டி நீல ஆர்டின்களை அவளைத் தவிர
வேறு யாருக்கும் அனுப்ப மாட்டேனென்று
உறுதியளிக்க அவன் தயாராக இல்லை.
அவனோடும் இன்னொருத்தனோடும் ஒரே சமயத்தில்
ஈர அரட்டையில் ஈடுபட மாட்டேனென்று
உத்திரவாதம் தர அவளும் தயாராக இல்லை.

அரட்டை என்றால் போதாதா, ஈரம்வரை போயாக வேண்டுமா?

அடுத்து, கடிதவடிவில் ஒரு கவிதை. காதல் கவிதை . . . மன்னிக்கவும் . . . காதல்களின் கவிதை.

கடிதங்கள்

அன்புள்ள செழியன்
நான் உன்னை நினைக்காத நாள் இல்லை
அன்புள்ள விக்கி
நீ அவளை முத்தமிடுவதைப் பார்த்துவிட்டேன்
அதற்குப் பிறகும் திரும்புவதற்குத் திராணியில்லை

....

....
அன்புள்ள அஷோக்
உன்னைப் பிடித்திருக்கிறது
ஆனால், வேறு மாதிரி பிடிக்கவில்லை

.....

......
அன்புள்ள அன்வர்
உன்னோடு இரவு முழுக்க பேசிக்கொண்டே இருக்கலாம்
ஒரே படுக்கையில்
தனித்தனியாக

....

....

அன்புள்ள ஜேம்ஸ்
நீ சற்று முன்பே அன்பைச் சொல்லி இருக்கக் கூடாதா

.....
....
அன்புள்ள மேரி
நாம் முத்தமிட்டுக் கொண்டது
உன் கணவனுக்குத் தெரியுமா
உன் உள்ளாடை ஒன்றை இன்னும்
பத்திரப்படுத்தி வைத்திருக்கிறேன்

இது லீனா மணிமேகலையின் நீண்ட கவிதையில் சில பகுதிகள். இன்னொரு கவிதை இப்படி முடிகிறது.

நீ கண்ணனும் இல்லை
நான் ராதையும் இல்லை
நீ காத்தவராயன்
நான் இசக்கி
நமக்கெதற்குக் காதல்
வா புணர்வோம்

அம்மணியீர்! சௌந்தர்ய லாகிரியின் மீது பான்பராக் எச்சிலைத் துப்புவதை எப்போது நிறுத்தப் போகிறீர்?

கவிஞர் வெய்யில் தன் நேர்காணல் ஒன்றில் சொல்கிறார்.

"எது கவித்துவம்? எல்லோருக்கும் பொதுவான கவித்துவம் என்ற ஒன்று இருக்கிறதா என்ன? செவ்வியல், நவீனம், பின்நவீனத்துவம், எதிர்கவிதைப் போக்குகள் எனக் களம் மாற மாறக் கவித்துவத்திற்கான வியாக்கியானங்களும் வரையறைகளும் மாறும். 90களில் பெண்ணியக் கவிதைகளும் தலித்தியக் கவிதைகளும் முன்வைத்த அழகியல், கவித்துவம் குறித்த பார்வைகள் முற்றிலும் அதுவரையிலான பார்வைக்கு எதிரானவை இல்லையா? அப்படியானால் அவற்றில் கவித்துவம் இல்லையா? அத்வைதக் கருத்துகளை, வெற்றுத் தத்துவங்களை ஆன்மிகம் கமழ எழுதி உயர்கவிதை என்று சொல்ல ஒரு கூட்டமிருக்கிறது என்றால், வாழ்வின் ரத்தமும் சதையுமான நாற்றமும் குமட்டலுமான அனுபவத்தைக் கொஞ்சம் சத்தமாக... கொஞ்சம் கோபமாக எழுதி அதைக் கவிதை என்று சொல்லும் ஒரு கூட்டமும் இருக்கத்தான் செய்யும். கவித்துவம், கலாரசனை, கலாபூர்வம் போன்ற வார்த்தைகளை மீண்டும் நாம் உலைக்களத்தில் இட்டுப் பரிசீலிக்க வேண்டும். மேலும் எல்லா கவிதைகளும் எல்லாருக்குமானவையாக இருப்பதில்லை."

நான் மிக உறுதியாகப் பன்றிகளுக்கு ரோஜாவைத் தின்னத் தர மாட்டேன். ஆனால் அப்படித் தின்னத்தரும் ஒருவனை என்னால் புரிந்துகொள்ள இயலும். வெய்யிலின் வருகைக்குப் பிறகு தமிழ்க்கவிதைக்குள் பன்றிகளின் நடமாட்டம் அதிகரித்துவிட்டது.

பிரச்சாரக் கவிதைகளின் அருகில் நின்று பேசும்போதும் அதன் செயற்கைத்தனமோ, மொழி குறித்த அலட்சியமோ வெய்யிலிடம் இல்லை. ஆகவே பிரச்சாரக் கவிதைகளில் நிகழும் பயனின்மை நிகழ்வதில்லை. இந்தக் கவிதையை வாசிக்கையில் நம்முள் புழுதி எழவே செய்கிறது.

  அதோ,
  அதிகாரி வீட்டுக்குள்
  பன்றிக்குடலை எறிந்துவிட்டு ஓடுகிற சிறுவன்
  வரலாற்றில்
  புழுதி கிளப்பப் போகிறான்!

  சங்கக்கவிதைகளின் பரிச்சையமும், நாட்டார் கலைகளின் மீதான ஆர்வமும் சேர்ந்து வெய்யிலின் கவிதைகளுக்கு இன்னொரு வசீகரமான வடிவத்தை வழங்கியுள்ளன.

  காதலென்பது
  வேட்டைநாய் கவ்வி வரும் வகுளம்பூ

  காதலென்பது
  மலைக்குறவனின் வேட்டை இறைச்சியில்
  உமணன் மகள் பூசிய உப்பு

  கவிஞர் இசை முழுநீளச் சண்டைக்காட்சி ஒன்றைக் கவிதையாக்கி வைத்துள்ளார். அது அவரது 'ஆட்டுதி அமுதே' என்கிற தொகுப்பில், 'சுபம்' என்கிற தலைப்பில், 70ஆம் பக்கத்தில், கடைசிக் கவிதையாக இடம் பெற்றுள்ளது. ஒரு கவி, தன் கட்டுரையில் தன்னுடைய கவிதையையே சிறப்பித்துக் கொள்வது மாண்பல்ல என்பதால் அதை இங்கு குறிப்பிட விரும்பவில்லை.

  கவிதைக்குள் புதுமையை முயலும்போது, அது புதுமை யாகவும் கவிதையாகவும் இருக்க வேண்டியது அவசியம். சமயங்களில் புதுமை மட்டும் தனியே துருத்தி நிற்கும் ஆபத்து களும் நேர்ந்துவிடவே செய்கின்றன.

பிற

1

நார் இல் மாலை – சங்கத்து மாலைக் காட்சிகள்

அ. முத்துலிங்கம் தன் சமீபத்திய உரையாடலொன்றில் இதுபோல சொன்னார், "சங்க இலக்கியங்கள படிச்சாவே போதும்... எதுக்கு மத்த இலக்கியத்தெல்லாம் படிச்சுட்டு என்று சில சமயம் தோன்றும்..." எனக்கும் சில சங்கப்பாடல்களை வாசிக்கையில் அப்படி தோன்றியதுண்டு. அகப்பாடல்களின் முதற்பொருள் நிலமும் பொழுதும். அவை நிலத்தையும் பொழுதையும் விரித்துப் பேசியவை. தொல்காப்பியம் வகுத்துச் சொல்லும் ஐவகை நிலங்களை நாம் அறிவோம். பொழுதுகளில் பெரும்பொழுது, சிறுபொழுது என்று இரண்டுண்டு. கார், கூதிர், முன்பனி, பின்பனி, இளவேனில், முதுவேனில் போன்ற பருவங்கள் பெரும் பொழுதாகவும் வைகறை, காலை, நண்பகல், எற்பாடு, மாலை, யாமம் போன்ற பொழுதுகள் சிறுபொழுதுகளாகவும் சொல்லப்பட்டுள்ளன. இவற்றுள் மாலையைப் பற்றியே நம் அகப்பாடல்கள் அதிகமும் பாடியுள்ளன. சங்கத்து மாலைக்காட்சிகளில் நான் கண்டு மயங்கிய சிலவற்றைப் பகிர்ந்துகொள்வதே இக்கட்டுரையின் நோக்கம்.

சங்கப்பாடல்கள் எல்லா பொழுதையும் பாடியுள்ளன. ஒவ்வொரு திணைக்கும் ஒவ்வொரு பொழுது என்று வகைப்படுத்தப்பட்டுள்ளதால் எல்லா பொழுதுகளும் அதில் உண்டு.

“தோள் தோய் காதலர்ப் பிரிக்கும்
வாள்போல் வைகறை வந்தன்றால் எனவே”

(கு.தொகை: 157)

முயங்கியிருக்கும் காதலரின் தோள்களுக்கு இடையே ஒரு வாள்போல இறங்குகிறதாம் வைகறை.

சங்கத்தில் மாலைக்கு அடுத்து அதிகம் புனையப்பட்டுள்ளது இரவு. “முட்டுவேன் கொல்... தாக்குவேன் கொல்” என்று இரவை அலறவிடுகிறாள் ஔவை. “கங்குல் வெள்ளம் கடலினும் பெரிதே” என்கிற ஒற்றை வரியைக் கொண்டு “கங்குல் வெள்ளத்தார்” என்றே ஒரு புலவர் அழைக்கப்படுகிறார். “தொழுவத்து மாடு ஈ விரட்டுகையில் எழும் மணியோசையைக் கேட்டபடி இரவெல்லாம் விழித்துக் கிடக்கிறாள் ஒருத்தி”. இப்படியெல்லாம் இரவும் பாடப்பட்டிருந்தாலும் மாலையே அதிகமும் பாடப்பட்டுள்ளது. அதன்முன்தான் உயிர்கள் மயங்கி நிற்கின்றன.

பிரிவில் உழலும் காதலர்க்கு மாலை, இரவு இரண்டுமே துயரம்தான். மாலையில் பாம்பு உயிரைக் கவ்வ வருகிறது; உயிர் போராடுகிறது; தப்பியோடப் பார்க்கிறது. வெற்றிகொள்ள விரும்புகிறது. மன்றாடி வேண்டுகிறது. மாலையில் தலைவன் தேர்மணி ஒலிக்க வந்தாலும் வந்துவிடுவான் என்று நம்புகிறாள் தலைவி. நம்பிக்கை தோன்றுவதால் ஏமாற்றமும் தோன்றுகிறது. இரவில் போராட்டம் இல்லை. உயிர் இரவுக்குக் கீழ்படிந்து விடுகிறது. பாம்பின் வயிற்றுக்குள் அடங்கிவிடுகிறது. துயரத்துள் மூழ்கி விடுகிறது. “எல்லாம் முடிந்து விட்டது” போலான ஒரு ஓய்வு இரவில் உண்டு. இரவில் நடக்கக் கூடாதது நடந்து முடிந்து விட்டது. மாலையில் நடக்கக் கூடாதது நடந்துகொண்டிருக்கிறது. மாலை என்றால் பாம்பின் வாய், இரவு அதன் வயிறு.

மாலை முல்லைத் திணைக்கு உரியது. “காரும் மாலையும் முல்லை” என்பது தொல்காப்பிய சூத்திரம். முல்லை இருத்தலும் இருத்தல் நிமித்தமும். அதாவது தலைவனைப் பிரிந்த தலைவியர் அவன் வரவு பார்த்து ஆற்றியிருப்பது. தலைவன் வீடு திரும்பி விடுவதாக வாக்களித்துச் சென்ற கார்காலம் வந்துவிட்டது. ஆனால் தலைவன் இன்னும் வரவில்லை என்று ஏங்கி அழும் பாடல்களில் மாலை பிரதான இடம் பெற்றுள்ளது. இதுதவிர திணை மயக்கமாக வேறு நிலங்களிலும் மாலை தோன்றுவதுண்டு. சங்கத்தில் மாலை இரண்டுவிதமாகப் பாடப்பட்டுள்ளதாகக் கொள்ளலாம். ஒன்று, வெறுமனே பின்புலமாக இடம் பெறுவது. மற்றொன்று, ஒரு பாத்திரம் போலவே வருவது.

தலைவன் தலைவியை விட்டுவிட்டுப் பொருள்வயின் பிரிகிறான். கொடிய புலிகளும், புலிகளைக்காட்டிலும் கொடிய

கள்வர்களும், பருந்துகளும் திரியும் பாலைநிலம் வழி செல்கிறான். அந்நிலம் பகலிலேயே அச்சுறுத்தக் கூடியது. அந்த அச்சத்தை மேலும் கூட்டுவதாக இருள் வந்து கவிகிறது. "இருள் கூர் மாலை" என்கிறது அகநானூறு.

"விளையாடிச் சலித்த சிறார்கள் கரையில் நின்றுகொண்டு, கடலில் இருந்து திரும்பிவரும் கப்பல்களை எண்ணிக்கொண் டிருக்கும் மாலைப் பொழுதில் தலைவன் எங்களைச் சந்தித்தான்" என்கிறாள் ஒரு தோழி.

இவைபோல பின்புலமாகச் சில மாலைகள் காணக் கிடைக்கின்றன. இவ்வாறன்றி அழுத்தமான ஒரு கதாபாத்திரம் போலவே பல மாலைகள் புனையப்பட்டுள்ளன. பெரும்பா லும் படுமோசமான வில்லன் பாத்திரம். அரிதாக காதலரைச் சேர்த்துவைக்கும் குணச்சித்திர வேடம் தாங்கி வருகின்றன மாலைப் பொழுதுகள்.

மாலை நீ, ... வெள்ளமான் நிறம் நோக்கிக் கணை தொடுக்கும் கொடியான்போல்
அல்லற்பட்டு இருந்தாரை அயர்ப்பிய வந்தாயோ?
(கலித்தொகை-120)

மான் வெள்ளத்தில் சிக்கிப் பரிதவிக்கும் காலம் பார்த்து, அதன் மார்பைக் குறிவைத்து அம்பெய்தும் கொடிய வேடனைப் போல வருகிறதாம் மாலை. ஏற்கெனவே பிரிவுத்துயரில் இருக்கும் தலைவியை மேலும் வதைக்க வருகிறது, அவன் நினைவின் காமம் கிளர்ந்தெழும் மாலைப்பொழுது.

மாலை வந்தன்று, மன்ற
காலை அன்ன காலை முந்துறுத்தே.
(ஐங்குறுநூறு-116)

உயிர்கவ்வும் யமனைப் போன்ற கொடிய தென்றலை ஏவியபடி வருகிறது மாலை. பாடலின் முதல் காலை காலனையும், இரண்டாம் காலை தென்றலையும் குறித்து வந்தது. 'கால்' என்பது இரண்டையும் குறிக்கும் சொல்.

"கூற்று நக்கது போலும் உட்குவரு கடுமாலை" என்கிறது ஒரு பாடல். "படர் சுமந்து எழுதரு பையுள் மாலை" என்கிறது இன்னொரு பாடல். "பெரும்புன் மாலை", "கொலை குறித்தன்ன மாலை", "புலம்புகொள் மாலை", "புன்கண் மாலை", "கையறு மாலை" என்று விதம்விதமான துயரத்து மாலைகள். "நார் இல் மாலை" என்கிறது குறுந்தொகை, அதாவது அன்பற்ற கொடிய மாலையாம்.

அழகில் கொதிக்கும் அழல்

பிரிவு எப்போது நிகழ்ந்தாலும் துயரம்தான். ஆனால் இன்பம் பொங்கி வழியும் மாலைப்பொழுதில் ஒருவன் பிரிந்துசெல்லத் துணிந்துவிடுவானெனில், இனி அவன் எந்தக்கொடுமையையும் செய்யத் தயங்கமாட்டான். இவ்வளவு செய்பவன் எவ்வளவும் செய்வான்!

மற்ற வேளைகளில் பிரிந்தால் அவன் கொடியவன். மலர்கள் புதரெனப் பூத்துத் ததும்பும் மாலையில் பிரிவோன் கொடியருள் கொடியன்.

"புதல்மலர் மாலையும் பிரிவோர்
அதனினும் கொடிய செய்குவார் - அன்னாய்"

(ஐங்குறுநூறு-215)

தலைவி ஊடல் தீர்ந்த குறுந்தொகைப் பாடலொன்று (359)...

கண்டிசிற் பாண, பண்புடைத் தம்ம
மாலை விரிந்த பசுவெண்ணிலவிற்
குறுங்கால் கட்டில் நறும்பூஞ் சேக்கைப்
பள்ளி யானையின் உயிர்த்தனன் நசையிற்
புதல்வற் றழீஇயினன் விறலவன்
புதல்வன் தாயவன் புறங்கவைஇ யினளே.

தலைவி ஊடலில் இருக்கிறாள். தலைவன் வாயிற் வேண்டிப் பாணனைப் பலமுறை தூது விடுகிறான். தலைவி இரங்கவில்லை. ஒருநாள், நிலவுதிக்கும் மாலை வேளையில் தலைவனே நெடு நெடுவென்று வீட்டுக்குள் புகுந்து, படுக்கையில் இருக்கும் தன் புதல்வனைப் பெருமூச்செறிந்தபடித் தழுவிக்கொள்கிறான். அதைக்காணும் தலைவி தானும் ஓடி வந்து தலைவனைப் பின்னே கட்டிக்கொள்கிறாள். "பள்ளியானையின் உயிர்த்தன்ன" என்கிறது பாடல். யானையைப் போன்று பெருமூச்செறிந்தபடித் தழுவிக் கொள்கிறானாம்.

தலைவி இத்தனை நாளும் கட்டிக்காத்த ஊடலுக்கு என்ன ஆனது? எது தலைவியின் ஊடலை உடைத்தது? தலைவனுக்குத் தன் புதல்வன் மேலிருக்கும் அன்பா? அவனுக்குத் தன் மீதிருக்கும் அதீத உரிமையா? அல்லது நெடுநாள் பிரிந்திருந்த அவனை திடீரெனக் கண்ட மயக்கமா? இப்படியாக இந்தப்பாடலை நிறைய விரிக்கலாம். இப்படி நிறைய விரிப்பதற்கு ஏதுவான காட்சி நிகழும் பொழுது மாலையாக இருக்கிறது. எனில் இந்தப்பாடலில் மாலை பின்புலமாக வந்திருக்கிறதா அல்லது ஒரு பாத்திரமாக பங்காற்றியுள்ளதா? பாத்திரமெனில் அது சிறுபாத்திரமா அல்லது வலுவான பாத்திரமா?

இருபாற் புலவர்களும் பொழுதைப் புனைந்து பாடி யுள்ளனர். ஆயினும் பெண்பாற் புலவர்கள் பாடுகையில்

கவிதை கூடிப்பொலிவதாகத் தோன்றுகிறது அல்லது என் மனம் ஆழ இரங்கிவிடுகிறது. யாமத்தை முட்டியும் தாக்கியும் அழிக்கப்பார்க்கிறாள் அவ்வை. வைகறையை வாளாக்கி அழுகிறாள் அள்ளூர் நன்முல்லையார். அதே புலவரின் இன்னொரு பாடல்...

> "காலையும் பகலும் கையறு மாலையும்
> ஊர்துஞ்சு யாமமும் விடியலும் என்றிப்
> பொழுதிடை தெரியிற் பொய்யே காமம்"
>
> (குறுந்தொகை-32)

ஒரு நாளின் எல்லா பொழுதுகளையும் பட்டியலிட்டு இதில் எந்தப் பொழுதிலும் பிரியா அன்போடு கூடியே இருக்கவேண்டும் என்கிறான் ஒரு தலைவன். காதலில் திளைத்துக் காலத்தை மறந்திருப்பதே மெய்யான அன்பு.

ஒக்கூர் மாசாத்தியார் என்றொரு பெண்பாற் புலவர். முல்லைத்திணையில் பல பாடல்கள் பாடியுள்ளார். அதிலொன்றில் வாராத தலைவனை எண்ணி வருந்தி நிற்கும் தலைவியைக் கண்டு முல்லை மலர்கள் கெக்கலித்துச் சிரிக்கின்றன.

> இளமை பாரார் வளம்நசைஇச் சென்றோர்
> இவணும் வாரார்; எவணரோ? எனப்
> பெயல்புறம் தந்த பூங்கொடி முல்லைத்
> தொகுமுகை இலங்குஎயிறு ஆக
> நகுமே தோழி நறுந்தண் காரே
>
> (குறுந்தொகை: 126)

"தோழி! கார்காலம் வந்துவிட்டது. இளமையின் இன்பத்தைத் துய்த்து மகிழாது, பொருளாசையால் உந்தப்பட்டுப் பிரிந்து சென்றவனைக் காணாது வருந்தும் என்னை நோக்கி, "அவன் இன்னும் வரவில்லையா?" என்று கேட்டு, தானே பற்களாகிச் சிரிக்கின்றன இந்த முல்லை மொட்டுக்கள்.

இதில் மாலை என்கிற சொல் இல்லை. ஆனால் முல்லை சிரிப்பதால் இதை மாலை என்று கொள்ள இயலும். இப்படி மாலை என்கிற சொல் இல்லாமலும் மாலைப் பொழுதுகள் வருவதுண்டு.

இதே புலவரின் இன்னொரு பாடல். தூரத்தில் ஒரு மணியோசை கேட்கிறது. அது மேய்ச்சல் முடிந்து மாலை வீடு திரும்பும் பசுவின் கழுத்து மணியோசையா அல்லது தலைவனின் தேர்மணியோசையா என்று முல்லை படர்ந்திருக்கிற அந்தப் பெரிய கல்லின் மீது ஏறிப்பார்த்து வரலாம் வா என்று தலைவியை அழைக்கிறாள் ஒரு தோழி.

அழகில் கொதிக்கும் அழல்

முல்லை ஊர்ந்த கல் உயர்பு ஏறிக்
கண்டனம் வருகம்; சென்மோ–தோழி!–
எல் ஊர்ச் சேர்தரும் ஏறுடை இனத்துப்
புல் ஆர் நல் ஆன் பூண் மணிகொல்லோ ?
. . . .
ஈர் மணற் காட்டாறு வரூஉம்
தேர் மணிகொல் ? – ஆண்டு இயம்பிய உளவே.

(குறுந்தொகை–275)

வரவில்லை என்று கூறுவதில் நன்கு அறிந்த வருத்தம்தான் தொனிக்கிறது. வந்து விட்டாரோ ? என்று கேட்கும்போது பாவம், ஆசை துடிதுடித்துவிடுகிறது.

தூரத்தில் ஒலிக்கும் கணவனின் பைக்சத்தம் கேட்டு, சீரியலைப் போட்டது போட்டபடி விட்டுவிட்டு, கட்டிலிலிருந்து தாவிக்குதித்து, கால் இடறி விழப்போய், ஓரத்தில் இருந்த தண்ணீர்ச் சொம்பைச் சரித்துவிட்டு, புடவைத் தலைப்பு நாதாங்கியில் சிக்கிக்கிழிய, ஓடோடி வந்து வாசலில் நின்று பெருமூச்செறியும் நவீனதலைவியின் சித்திரம் ஒன்று விரிகிறது. இதுபோன்ற இனிய கற்பனைகள் நம் குடும்பஅமைப்பு தழைத்தோங்க வழிவகுக்கும்.

தலைவனுக்கு வினை என்று ஒன்று இருந்தது. அவன் அதில் கரைந்து பொழுதை மறந்திருந்தான். தலைவிக்கு ஓய்வு அதிகம். காதலிப்பதுதான் வேலையே என்றால், காலுக்கடியில் கிணறு ஊறத்தான் செய்யும். பொழுது ஏற்கெனவே கனத்தது. காதற்பொழுது மேலும் கனத்தது. ‘பொழுதுபோக்கு’ என்பதைக் களியாட்டத்தோடு சேர்த்துச் சொல்லிவைத்திருந்தாலும் அது அவ்வளவு சுலபமான ஒன்றல்ல. ‘சும்மா இருக்கும் சுகம்’ சாமான்யனுக்கு இயலாததாய் இருப்பதால்தான், ஒரு துறவி அதைத் தொட்டு வைத்தான்.

கணவனை வேலைக்கு அனுப்பி, பிள்ளைகளைப் பள்ளிக்கு அனுப்பிய பிறகு தங்களைப் பொழுது வந்து பீடித்துக்கொள்வ தாகப் புலம்பும் இல்லத்தரசியர் உண்டு. கொள்ளி வாய்ப் பிசாசை ஸ்கூட்டரில் அனுப்பிவிட்டு, குட்டிச் சாத்தான்களை ஸ்கூல் வேனில் ஏற்றி அனுப்பிய பிறகே தங்களுடைய பொழுது புலர்வதாகச் சொல்லும் மனைவியரும் உண்டு. சமூகம் என்பது நான்குபேர்.

மாலை, தலைவியை வதைப்பதை அறிந்த தலைவன் ஒருவன் விரைவிலேயே வினை முடித்து வீடு திரும்ப வேண்டும் என்று தன் நெஞ்சத்தை முடுக்கியது இப்பாடல்...

அழிவில் உள்ளம் வழிவழிச் சிறப்ப
வினை இவண் முடித்தனம் ஆயின், வல்விரைந்து
எழுஇனி–வாழிய நெஞ்சே!

. . . .
குறுநடைப் புறவின் செங்காற் சேவல்
நெடுநிலை வியன்நகர் வீழ்துணைப் பயிரும்
புலம்பொடு வந்த புன்கண் மாலை
யாண்டு உளர் கொல்? என்று கலிழ்வோள் எய்தி
. . . . முயங்குகம் பலவே!

(அகநானூறு-47)

கார்காலத்து மாலையில் தலைவனைக் காணாது வருந்தும் தலைவியைத் தோழி பல சொல்லி ஆற்றுகிறாள். அதில் ஒன்று.

"பூத்த பொங்கர்த் துணையுடன் வதிந்த
தாதுண் பறவை பேதுறல் அஞ்சி
மணி நா ஆர்த்த மாண்வினைத் தேரன்
உவக்காண் தோன்றும் . . ."

(அகநானூறு–4)

அதாவது,சோலையில் தன் துணையோடு இன்புற்றிருக்கும் வண்டு, தேன் உண்ணும்போது, அவை தன் தேர்மணியோசைக்கு பயந்துவிடுமோ என்றஞ்சி, மணியின் நாவை ஓசை எழாத வண்ணம் இழுத்துக்கட்டும் மாண்புடையவனாம் தலைவன். அப்படிப்பட்டவன் உன்னைத் தவிக்கவிட்டு வாராதிருப்பானா? விரைவில் வந்துவிடுவான் என்கிறாள் தோழி.

தலைவனைக் காணாது வருந்தியழும் தலைவியரையே நாம் முல்லைத் திணையில் அதிகம் காண்கிறோம். அரிதாக தலைவன் வந்தும் விடுகிறான். அப்படி வரும் தலைவனும் மாலை வேளையிலேயே வந்து சேர்கிறான்.

"மாலை இனிது செய்தனையால் – எந்தை! வாழிய!" என்று வாழ்த்துகிறாள் ஒரு தோழி. வினை முடித்த உடனே "பரந்த உலகத்தையே ஓடிக்கடக்கவல்ல வலிய குதிரைகளுள் நான்கைச் சேர்த்துப் பூட்டிய தேரில் ஏறி, இடையில் எங்கும் நில்லாது, நேராகத் தலைவியை நோக்கிப் பாய்ந்து வருகிறான் ஒரு தலைவன். "பாய்பரிக் கடுந்திண் தேர்" என்கிறது கலித்தொகை.

மாலைப்பொழுதை விதம்விதமாக ஏசித்தள்ளும் பல பாடல்கள் சங்கத்தில் உள்ளன. மாலையாவது காலையாவது என்று பொழுதையே புரட்டிப் போட்டுவிடுகிறாள் ஒரு தலைவி.

"சுடர்செல் வானம் சேப்பப் படர்கூர்ந்து
எல்லுறு பொழுதின் முல்லை மலரும்
மாலை என்மனார், மயங்கியோரே!
குடுமிக்கோழி நெடுநகர் இயம்பும்
பெரும்புலர் விடியலும் மாலை
பகலும் மாலை – துணை இலோர்க்கே"

(குறுந்தொகை–234)

முல்லை பூத்து மணக்க, வானம் சிவந்து ஒளிரும்படிக் கதிரவன் சென்று மறையும் பொழுதையே மாலை என்பார்கள் அறிவற்ற மூடர்கள். இதெல்லாம் துணையோடு இருப்போருக்குத்தான். தலைவனைப் பிரிந்திருக்கும் பெண்களுக்கோ விடியலும் மாலைதான், பகலும் மாலைதான்; எப்போதுமே மாலையின் துயரம்தான்.

பொழுதை மயக்கும் இன்னொரு பாடல்...

> ...... கடும்பகல் வருதி - கையறு மாலை!
> கொடுங்கழி நெய்தலும் கூம்பக்
> காலை வரினும் களைஞரோ இலரே.

(ஐங்குறுநூறு-183)

திருமண ஏற்பாடுகளைச் செய்யும் பொருட்டுப் பிரிந்து செல்கிறான் ஒரு தலைவன். அது நண்பகல் வேளை. ஆனால் அப்போதே சட்டெனக் கவிழ்ந்துவிடுகிறதாம் மாலைப் பொழுது. இனி தலைவிக்கு வேறு பொழுதுகள் இல்லை. எப்போதும் மாலைதான். எப்போதும் துயரம்தான். மாலையே! நீ இப்படி கடும்பகலில் வாராமல் காலையிலேயே வந்தாலும் உன்னைத் தடுப்பது யார் என்று கேட்கிறாள்.

நெய்தல், மாலையில் கூம்பும் மலர். இங்கு மாலை காலையில் வருவதால், மலரும் குழம்பிக் காலையிலேயே கூம்பிவிடுகிறதாம். ஐங்குறுநூற்றில் அம்மூவனார் எழுதிய பாடல் இது. அம்மூவனாரே! நீங்கள் யார்? எப்படி வாழ்ந்தீர்? வேளைக்கு உண்டீரா? நல்லதை உடுத்தினீரா? இதுதான் உம் பெயரா?

கலித்தொகையில் திணைமயக்கமாக நெய்தலில் இடம் பெற்றிருக்கும் மாலைக்காட்சிகள் அழகானவை. ஆழம் மிக்கவை. நினைவில் நீங்கா உருவகங்களாலும், உவமைகளாலும் ஆக்கப்பட்டவை. மொத்தக் கட்டுரையையும் அந்த நான்கு பாடல்களைக் கொண்டே முடித்திருக்கலாம். "ஒண்சுடர் கல்சேர" என்கிற எளிய வரிக்கே ஏனோ என் மனம் உருகிவிடுகிறது. கல் எனில் இங்கு மலை. அந்தி வேளையில் விளக்கேற்றும் போது கடவுளின் நாமத்தைச் சொல்வது போல, நாம் "நல்லந்துவனார்" என்று அவர் நாமம் சொல்லலாம். மாலையின் நாயகன் அவர்.

"நீர் நீந்து கண்ணார்" என்கிறார் ஓரிடத்தில். என் தோழியர் அழுகையில் அந்தக் கண்களை நான் கண்டிருக்கிறேன். கட்டுரையின் தொடக்கத்தில் வரும் "மாலை நீ,... வெள்ளமான் நிறம் நோக்கிக் கணை தொடுக்கும் கொடியான்போல்" என்கிற உவமை இவருடையதுதான். மேலும் சில வரிகள்...

"உரவுத்தகை மழுங்கித் தன் இடும்பையால்
இரப்பவன் நெஞ்சம்போல் புல்லென்று புறம்மாறிக்
கரப்பவன் நெஞ்சம்போல் மரமெல்லாம் இலை கூம்ப"

வாராத காலம் வந்து தன் வறுமையைத் தாங்க இயலாத ஒருவன் ஈயென்று இரக்கையில் அவன் நெஞ்சம் அவமானத்தால் அழிவதுபோல இருளுகிறதாம் மாலை. அப்படி இரந்தும் ஈயாது மறைப்பவனின் நெஞ்சம் போல் மரமெல்லாம் இலை கூம்புகிறதாம். இன்றும் வெகுமக்களிடையே புழக்கத்தில் இருக்கும் ஒரு உவமை ஒருவேளை நல்லந்துவனார் தந்ததாகவும் இருக்கலாம். "வெந்ததோர் புண்ணின்கண் வேல் கொண்டு நுழைப்பான் போல" வருகிறது மாலை.

"வெல்புகழ் மன்னவன் விளங்கிய ஒழுக்கத்தால்
நல்லாற்றின் உயிர்காத்து நடுக்கறத் தான்செய்த
தொல்வினைப் பயன்துய்ப்பத் துறக்கம் வேட்டு எழுந்தாற்போல்
பல்கதிர் ஞாயிறு பகலாற்றி மலை சேர"

என்கிறது ஒரு பாடல். அதாவது, போர்கள் பல கண்டு புகழ்மிக்க ஒரு மன்னவன், அறநெறியின் வழியே நெடுங்காலம் நாடு காத்து, பிறகு தன் முதுமையில், தான் இதுவரை செய்த நல்வினைகளின் பயனால் சொர்க்கத்தை அடைய விரும்பித் துறவு பூண்டு செல்வது போல சூரியன் மாலையில் மலை சென்று மறைகிறதாம்.

"குடை நிழல் ஆண்டாற்கும் ஆளிய வருவாற்கும்
இடை நின்ற காலம்போல் இறுத்தந்த மருள்மாலை!"

ஒரு அரசன் பதவியிலிருந்து விலகியதற்கும், இன்னொரு அரசன் ஆட்சிப் பொறுப்பை ஏற்பதற்கும் இடைப்பட்ட சிறுகாலம் போலான மாலையாம்! "ஸ்திரத்தன்மையற்ற குழப்பம்மிக்க காலம்" என்று நாம் இதை விரித்துக்கொள்ளலாம்.

"வெந்துஆறு பொன்னின் அந்தி பூப்ப" என்கிறது அகநானூறு. என் நண்பர் ஒருவர் சொன்னார். "சிறுபிராயத்தில் அந்தி வேளையில் என்னவென்று சொல்ல முடியாத ஒரு துயரத்தால் பிணிக்கப்பட்டுத் தேம்பித்தேம்பி அழுவேன். இடையில் கொஞ்சகாலம் நின்றிருந்த அழுகையை ஒரு கேரளத்து அந்தியின் முன் மொத்தமாகக் கொட்டித்தீர்த்தேன்." மாலையில் என்னவோ இருக்கிறது. அது புறத்தே மயங்கி நம்மை அகத்துள் மயக்குகிறது. துயரம் ... களிப்பு ... அல்லது இரண்டும் முயங்கிய களிதுயர். இருக்கிறது,

மாலைக்குள் உறுதியாக என்னவோ இருக்கிறது?

2

தன்னை அழித்து அளிக்கும் கொடை

நாஞ்சில் நாடனின் "பாடுக பாட்டே!"

சமீபகாலமாக என்னிடம் நாஞ்சில் நாடன் வாசம் கொஞ்சம் அடிப்பதாகச் சொன்னார் ஒரு நண்பர். இருவருக்கும் பொதுவான பழந்தமிழ் இலக்கிய ஈடுபாட்டைக் கருதி அவர் இப்படிச் சொல்லியிருக்கக் கூடும். இதில் நாஞ்சிலுடையதைப் புலமை என்றும், என்னுடையதை ஆர்வம் என்றும் வரையறுக்கலாம். சமீபத்தில் வெளியான என் கட்டுரைத் தொகுப்பின் தலைப்பு "தேனொடு மீன்". இது கம்பனின் வரி. முதல் கட்டுரைத் தொகுப்பின் தலைப்பு "அதனினும் இனிது அறிவினர் சேர்தல்" ஔவை அருளியது. என் புத்தகங்களின் பெரும்பான்மையான தலைப்புகள் ஏதோ ஒரு பழந்தமிழ்ப் பாடலிலிருந்து பெறப்பட்டிருப்பது இப்போது நினைவிற்கு வருகிறது. 2008இல் வெளியான 'உறுமீன்களற்ற நதி' என் இரண்டாவது கவிதைத் தொகுப்பு. அப்போது நான் பழந்தமிழ் இலக்கியங்களையோ நாஞ்சில் நாடனையோ அதிகம் வாசித்திருக்கவில்லை. ஆனால் அந்தத் தலைப்பும் ஔவையின் பிரபலமான ஒரு பாடலிலிருந்தே பிறந்துள்ளது. ஆகவே இதை ஒரு "பிறவிக் குறைபாடு" என்றும் கொள்ளலாம்.

இந்த நூலின் தலைப்பு "அகவன் மகளே! அகவன் மகளே!" என்று தொடங்கும் ஒரு குறுந்தொகைப் பாடலிலிருந்து தோன்றியுள்ளது. "பாடுக பாட்டே" எனில் சிறப்பித்துப் பாடுவாயாக என்று பொருள். நாஞ்சில் இந்தப் புத்தகமெங்கும் பழந்தமிழ்ப் பாடல்கள் பலவற்றைச் சிறப்பித்துப் பாடியுள்ளார்.

“திரைகடல் ஓடித் திரவியம் தேட வேண்டியது” எவ்வளவு முக்கியமோ அதே அளவு முக்கியம் நமது செல்வங்களை நாம் அறிந்துகொள்வதும். இந்தவகையில் இந்நூலைத் ‘தமிழ்ச்செல்வம்’ என்று தயங்காமல் சொல்லலாம். இந்த நூலின் இருநூறு பக்கங்களை வாசித்து முடிக்கையில் நமக்குத் தொல் இலக்கியங்களோடு ஒரு பரிச்சயம் நேர்ந்துவிடுகிறது. சுவை கண்டுவிடுகிறது. அந்தச் சுவையோடு சுவையாக நாம் மேலும் தேடிப் படிக்க வேண்டும்.

“கல் தோன்றி மண் தோன்றாக் காலத்து” என்று பேசுகையில் நம் நெஞ்சு கொஞ்சம் விம்மத்தான் செய்கிறது. ஆனால் சிக்கலும் அதுதான் என்று தோன்றுகிறது. இரண்டாயிரம் ஆண்டிற்கு முந்திய மொழி வேறு; கலாச்சாரங்கள் வேறு. வாசகன் இந்த இரண்டாயிரம் வருடத்து அந்நியத் தன்மையைக் கடக்க வேண்டியுள்ளது. வேறானது என்றாலும் அப்படி முற்றிலும் வேறானதல்ல. மாறவே மாறாத மனிதாம்சம் என்று சில உண்டல்லவா? ஓர் இனக்குழுவின் ஆதார அம்சங்கள் என்பது காலம்காலமாகத் தொடர்ந்து வருவது. அதன் உதவியோடுதான் வாசகன் இந்த இரண்டாயிரம் ஆண்டுகளைக் கடக்க வேண்டியுள்ளது. உதாரணமாக ‘கொங்கு தேர் வாழ்க்கை’ என்று தொடங்கும் மங்கையர் கூந்தல் மணம் குறித்த பாடல் குறுந்தொகையில் உள்ளது. சங்ககாலம் தொட்டே தமிழ் ஆண், பெண்களின் கூந்தலைத் தீவிரமாக ஆராய்ந்துவருகிறான். ஓயாது அதைப் பாடிக்கொண்டே இருக்கிறான். அவனுக்குக் கூந்தல் மணம் இயற்கையா; செயற்கையா என்பது குறித்தெல்லாம் அக்கறை யில்லை. அதைப் பாட வேண்டும் அவ்வளவே. முடிவுகளுக்கு அலைய கவிதை அறிவியல் அல்லவே? திருவிளையாட லில் இறையனாரே இறங்கி வந்து களமாடிக் கண்டு சொன்னதென்ன? கூந்தல் மணம் செயற்கை. ஆனால் இந்தத் தீர்ப்பை யாரும் பொருட்படுத்தவில்லை. நானே ‘லூஸ்ஹேருக்கு மயங்குதல்’ என்று ஒரு கவிதை எழுதியுள்ளேன். இந்தப் புத்தகத்திலேயே இதையொட்டிய வரியொன்று கி. ராவின் கூற்றாக வருகிறது... ‘தனீ மனுஷி வாசனை’ என்கிறார் அவர். அதாவது வாசனாதித் திரவியங்களின் துணையேதுமின்றிப் பெண் தனியாகக் கிளர்த்தும் வாசனை.

சங்க இலக்கியம் முதலாக திருக்குறள், சிற்றிலக்கியங்கள், கம்பன், தனிப்பாடல்கள்வரை நாஞ்சிலைக் கவர்ந்த சில பாடல்களும் அதையொட்டி எழுந்த அவரின் சிந்தனைகளுமாக விரிந்திருக்கின்றன இக்கட்டுரைகள். தனிப்பாடல்கள் சற்றுக் கூடுதல் கவனம்பெற்றுள்ளன. நவீன இலக்கியப் பரப்பில் இதற்குமுன் பெருமாள்முருகன் இது போன்று தனிப்பாடல்களைச் சிறப்பித்து ‘வான்குருவியின் கூடு’ என்கிற பெயரில் ஒரு நூல்

எழுதியுள்ளார். தனிப்பாடல்கள் இயல்பாகவே வெளிப்படையான சுவாரஸ்யமுடையவை. அந்தச் சுவாரஸ்யம் இந்தக் கட்டுரைகளுக்குள்ளும் இறங்கியுள்ளது.

இதில் நாஞ்சிலின் ஆர்வம் கவிதையைத் தாண்டி "சொற்கள்" வரை நீள்கிறது. காளமேகம் கவிதை குறித்த கட்டுரையை அவர் காளமேகம் என்கிற பெயரிலிருந்தே தொடங்குகிறார் ...

"காளமேகம் என்கிற சொல்லுக்கு கார்மேகம் என்று பொருள்... காளம் என்ற சொல்லுக்குக் கருமை, நஞ்சு, பாம்பு, எட்டிக்காய், அவுரி, மேகம், நற்பயன் தரும் பெருமழை, சூலம், கழுமரம், எக்காளம் என்று பொருள் தருகின்றது திவாகர நிகண்டு."

சொற்கள் அவரை ரொம்பவும் இம்சிக்கின்றன; இன்புறுத்து கின்றன. அவர் ஒரு சொல்லை ஏந்திக்கொண்டு நிகண்டுகளுக்குள் தொலைந்துபோகிறார். அவர் கோவை விஜயா பதிப்பகத்தில் இரண்டரை ரூபாய் கொடுத்து 'க்ஷேத்திர திருவெண்பா' என்கிற நூலை வாங்குகிறார். அதில் 'மூப்பும் குறுகிற்று' என்கிற சொற்பிரயோகம் அவருக்குப் பிடித்துப்போகிறது. அந்தப் பிரயோகத்தைப் பிடித்துக்கொண்டு பக்தி இலக்கியம், திருக்குறள், கம்பராமாயணம் ஊடாகச் சென்று அவர் 'பீளை' என்கிற இன்னொரு சொல்லை அடைகிறார். அச் சொல்லை முன்வைத்து யாக்கை நிலையாமையை விஸ்தாரமாகப் பேசத்தொடங்குகிறார். கட்டுரையின் முடிவில் அவரே சொல்கிறார்... "ஒரு இரண்டரை ரூபாய் புத்தகம் என்னபாடு படுத்துகிறது பாருங்கள்."

பழந்தமிழ் இலக்கியத்தில் இருக்கும் பரந்த வாசிப்பின் காரணமாகப் புறநானூற்றில் ஒரு கால் வைத்து, சிறுபாணாற்றுப் படையில் மறு கால் வைத்து கம்பனில் வந்து குதிக்க நாஞ்சிலால் முடிகிறது. இந்த எழுத்திற்குப் பின்னே நம்மை மலைக்கச் செய்யும் உழைப்பு உள்ளது. உண்மையில் இதுபோன்ற பணிகள் பல்கலைக்கழகங்களும் பேராசிரியர்களும் ஆற்ற வேண்டியவை. ஒரு புனைவெழுத்தாளன் இதையும் சேர்த்துச் செய்ய வேண்டியிருப்பது நமது கல்விப்புலத்தின் போதாமை. ஒரு கவிதையின், சொல்லின் பொருளை ஐயமற அறிந்துகொள்ள அவர் பல பதிப்புகளைப் புரட்ட வேண்டியுள்ளது. அகராதிகள், நிகண்டுகளில் நீந்திக் கரையேற வேண்டியுள்ளது. என்னைப் போன்ற தமிழ் மாணவர்களுக்கு இது ஒரு கொடுப்பினை. நாஞ்சிலைப் போன்ற ஒருவர் பல பதிப்புகளைப் புரட்டி உறுதி செய்யும் ஒன்றைக் கண்ணை மூடிக்கொண்டு நம்பிவிடலாம். நமக்கு வேறு வாய்ப்பில்லை. அவ்வளவு பொறுமையும் இல்லை. நாஞ்சிலின் பணியை ஒருவிதத்தில் தன்னை அழித்து அளிக்கும் கொடை எனலாம்.

ஓடுகின்ற நீர்மை ஒழிதலுமே, உற்றாரும்
கோடுகின்றார், மூப்பும் குறுகிற்று - நாடுகின்ற
நல்அச்சில் தம்பலமே நண்ணாமுன், தன் நெஞ்சே
தில்லைச் சிற்றம்பலமே சேர்.

நம் ஓட்டம் குறைந்து ஓய்ந்துவிட்டால் உற்றார்கூட நமக்கு உதவ முகம் சுழிப்பார்கள். தாம்பூலம் தரிக்க இயலாமல் வெற்றிலையும் பாக்கும் சுண்ணாம்பும் சேர்த்து அவற்றைச் சிறு உரலில் இட்டு இடித்து உண்ணும்படிக்கு முதுமை வந்து சேரும் முன்னே, நெஞ்சே சிற்றம்பலம் சேர் என்பது பொருள்.

இந்தப் பாடலைக் குறிப்பிட்டுவிட்டுப் பழந்தமிழ்ப் பாடல்களை வாசிப்பது பற்றி நாஞ்சில் எழுதியிருக்கும் ஒரு பத்தி முக்கியமானது. அதை அப்படியே தருகிறேன்...

"இப்பாடலில் இறுதி வரியான 'தில்லை சிற்றம்பலமே சேர்' என்பது மட்டுமே இதனைச் சைவ சமய இலக்கியம் ஆக்குகிறது. புலவர் வைணவ, சமண, பௌத்த, இசுலாமிய, கிறித்துவ மதத்தைச் சார்ந்திருந்து, யாப்பும் அறிந்திருந்து, கவி புனையும் ஆற்றலும் பெற்றிருந்து, இறுதிவரியில் அவர் இறைவனைக் குறித்திருந்தால் எதுவும் நீர்த்துப் போகாது. இக்கூற்றின் மறுதலையாக கடைசி வரி சைவசமயக் கடவுளைக் குறிக்கின்ற காரணத்தினாலேயே முதல் மூன்று வரிகள் தமது கனம் இழந்தும் போய்விட மாட்டா! திரண்ட கருத்து எனக் கொண்டால், காலன் வருமுன்னே, கண்பஞ்சடை முன்னே இறைவன்பால் சிந்தையைச் செலுத்து என்பதுவே. சரி... இறைமறுப்பாளருக்கு இந்தப்பாடல் சொல்ல வருவது என்ன? அவர்கள் தத்தம் காலம் வரும் முன்னே செய்து முடிக்க வேண்டிய நல்ல காரியங்களை விரைந்து முடிக்கக் கருதிக் கொள்ளலாம்."

புத்தகத்தில் எனக்குப் பிடித்த புறநானூற்றுப் பாடல் ஒன்றைச் சிறப்பித்து எழுதியுள்ளார் நாஞ்சில். அதைச் சொல்ல வேண்டும் என்கிற ஆசை எழுகிறது.

யான் வாழும் நாளும் பண்ணன் வாழிய!
பாணர் காண்க இவன் கடும்பினது இடும்பை;
யாணர்ப் பழுமரம் புள் இமிழ்ந்தன்ன
ஊண் ஒலி அரவம் தானும் கேட்கும்;
பொய்யா எழிலி பெய்விடம் நோக்கி,
முட்டை கொண்டு வன்புலம் சேரும்
சிறுநுண் எறும்பின் சில் ஒழுக்கு ஏய்ப்பச்
சோறுடைக் கையர் வீறுவீறு இயங்கும்
இடுங்கிளைச் சிறாஅர்க் காண்டும்; கண்டும்
மற்றும் மற்றும் வினவுதும்; தெற்றென;
பசிப்பிணி மருத்துவன் இல்லம்
அணித்தோ சேய்த்தோ கூறுமின் எமக்கே!

(கடும்பு - சுற்றம், இமிர்தல் - ஒலித்தல், வீறு வீறு - நெருக்கமாக)

பரிசில் பெறச்செல்லும் இரு பாணர்களுள் ஒருவன் இன்னொருவனிடம் சொல்லுவதாகப் இப்பாடலைக் கொள்ளலாம்.

“யான் வாழும் நாட்களும் சேர்த்துப் பண்ணன் நீடு வாழட்டும்! காணுங்கள், பரிசில் பெற வரும் பாணர்களை, அவர் சுற்றத்துக் கொடிய வறுமையை. பருவத்தில் பழுத்து நிற்கும் மரம் நாடிவந்த பறவைகள், ஆவலோடு அதன் கனிகளை உண்ணும் போது எழும் ஆரவாரச் சத்தம் கேட்கிறது. தப்பாது பெய்யும் மழையைக் கருதி, தமது முட்டைகளைத் தூக்கிக்கொண்டு மேட்டுநிலம் நோக்கி வரிசை செல்லும் எறும்புக் கூட்டம் போல, சோறேந்திய கைகளோடு வரும் சிறார் கூட்டத்தைக் காண்கிறோம். அவர்களிடம் சென்று கேட்போம். பசிப்பிணி மருத்துவனான பண்ணனின் இல்லம் அணித்தோ? சேய்த்தோ?”

பசிப்பிணி மருத்துவன் இல்லம் அணித்தோ சேய்த்தோ என்கிற வரி வாசிக்கும் போதெல்லாம் பரவசம் கொள்ளச்செய்யும் ஒரு வரி. இதுவரை இப்பாடலைக் கவிதையாக வாசித்து நல்ல கவிதை என்று அனுபவித்திருக்கிறேன். ஆனால் நாஞ்சில் இந்நூலில் சொல்லும் வரலாற்றுத் தகவல்களோடு வாசிக்கையில் கவிதை மேலும் உயர்ந்து எழுகிறது. பாடலைப் பாடியது ஒரு அரசன்... சோழன் கிள்ளிவளவன்... அவன் தன் ஆளுகைக்கு உட்பட்ட ஒரு குறு நில மன்னனான சிறுகுடிக்கிழான் பண்ணன் என்பவனைப் போற்றிப் பாடிய பாடல் இது. ஒரு பேரரசன், எளிய மனிதன் ஒருவனை நோக்கித் தன் ஆயுளையும் சேர்த்து நீயே வாழ்ந்துகொள் என்கிறான். மேலும் அவனைப் பசிப்பிணி மருத்துவன் என்றே விளித்துப் போற்றுகிறான். சங்கஇலக்கியத்தில் கிள்ளிவளவனைப் போற்றிப் பாடும் பாடல்கள் பலவுண்டு. ஆனால் அவன் பாடியதாகக் கிடைப்பது இந்த ஒரே பாடல்தான் என்கிறார் நாஞ்சிலார். ஒரே ஒரு கவிதை... அதுவும் ஆகச்சிறந்த கவிதை... அதுவும் தன் குடைநிழலில் வாழும் ஒருவனைப் போற்றிப் புனைந்தது.

சில தருணங்களில் சில வரிகள் விசேஷமாகத் திறந்து கொள்ளும். சில சொற்கள் விசேஷமாகக் கவனம் ஈர்க்கும். இந்த முறை நாச்சியார் திருமொழியின் விரகதாபப் பாடல் ஒன்று. அதில் இடம்பெற்றுள்ள ‘குதூகலித்து’ என்கிற ஒரு வரி...

> பொங்கிய பாற்கடல் பள்ளி கொள்வானைப்
> புணர்வதோர் ஆசையினால் என்
> கொங்கை கிளர்ந்து குமைத்துக் குதூகலித்து
> ஆவியை ஆகுலம் செய்யும்.

ஆம்... காமம் குதூகலமும் ஆகுலமும் கூடியதுதான். தாபம் என்கிற சொல் குளிர்ந்து எரிவது. ஏக்கம் என்கிற சொல்

தேனும் நஞ்சும் கலந்தது. இன்ப வேதனை என்கிற சொற்றொடர் இப்போது புழக்கத்தில் உள்ளது. கொஞ்சம் செக்ஸ்பட டைட்டில் போல் இருந்தாலும் ஆழ்ந்த பொருளுடையது. ஆயினும் இந்தப் பரவசம் காமத்திற்கு மட்டுமே உரித்தானதன்று. கலையின், இசையின் உச்சபட்ச தருணங்களில் வெளிப்படுவது. "ஆகவே சகோதரனே! நீ ஒரு காமுகனாய் இருப்பது குறித்து மனம் வருந்தாதிருப்பாயாக!"

நந்திவர்மன் நாட்டு மங்கையரின் இடையைப் பாடிய தனிப்பாடல் ஒன்று...

> கைக்குடம் இரண்டும் கனகக் கும்பக்குடமும்
> முக்குடமும் கொண்டால் முறியாதோ?– மிக்கபுகழ்
> வேய்க்காற்றினால் வீரநந்தி மா கிரியில்
> ஈக்காற்றுக்கு ஆற்றா இடை?

'மலையில் பலத்த மூங்கில்காற்று வீசும் வேளையில், இடுப்பில் இரு குடங்களும், தலையில் ஒரு குடமும் கொண்டு நடந்து வந்தால், மென் காற்றுக்குக்கூட ஆற்றாத அந்த இடை எப்படித் தாங்கும்?' இது பாடலின் திரண்ட பொருள். ஈக்காற்றுக்கு மென்காற்று என்று பொருள் சொல்கிறார் நாஞ்சில். இன்னொரு உரை 'ஈரமான சிறிய காற்று' என்று சொல்கிறது. நான் 'ஈயின் காற்று' என்றே வாசித்தேன். பொருள் தவறாக இருக்கலாம். ஆனால் நயம் நன்று. ஒரு நாள் முழுதும் அந்த ஈக்காற்று என்னைத் தூக்கிப் பறந்தது. விமானம் வானில் சீறிப்பாய்கையில் ஒரு காற்று எழும். ரயில்பெட்டிகள் தடதடத்துக் கடக்கும்போது ஒரு காற்று எழும். கொக்கு ஒன்று நம்மைக் கடந்து செல்கையில் ஒரு காற்று எழும். இப்படியாக ஈ எழுந்து பறக்கும் போதும் ஒரு காற்று எழும் அல்லவா? அக்காற்றிற்கும் தாங்க மாட்டாத இடை.

சில கட்டுரைகளில் பேசுபொருளின் மையத்திலிருந்து விலகி, சொற்களைத் துரத்திக்கொண்டு தாவித்தாவிப் பறக்கிறார் நாஞ்சில். சொற்காமம் அவரை இழுத்துக்கொண்டு போகிறது. எழுதித் தேர்ந்த கை; ஆதலால் எவ்வளவு தூரம் போன பிறகும் திரும்பிவர முடிகிறது அவரால்.

ஒரு பாடலில் கோயின் என்கிற சொல்லிற்கு புகுந்து என்று பொருள் தந்துள்ளார் நாஞ்சில். இது *going* என்பது போல ஒலிக்கிறது. இந்த ஆங்கிலத் திருட்டை 'நாம் தமிழர்' தம்பிகள் அண்ணனின் மேலான கவனத்திற்குக் கொண்டு செல்ல வேண்டும்.

பழந்தமிழ் இலக்கியச் செய்திகளோடு நிற்காமல் நவீன வாழ்வு குறித்த விமர்சனங்களோடு எழுதப்பட்டிருப்பது இப்புத்தகத்தின் குறிப்பிடத்தக்க அம்சம். ஆயினும் நாஞ்சிலின் ரௌத்திரம் சில இடங்களில் முரட்டுக்கோபமாக வெளிப்பட்டிருப்பதாகத் தோன்றியது. தினகரன் என்கிற சொல் இடம் பெறுகிற பாடலை

விளக்கும்போது "இங்கு தினகரன் என்பது *T.T.V.* தினகரன் அல்ல" என்பது போல் எழுதும் இடங்கள். இதுபோன்ற இடங்களில் ஒருவித எரிந்து விழும் தன்மை தோன்றிவிடுகிறது. எவ்வளவு எரிந்து விழுந்தாலும் நம் ஆட்களுக்கு உறைக்காது என்பது தனிக்கதை.

இத்தனை சிறப்புகளுக்கிடையே நாஞ்சிலிடம் சொல்லிக் கொள்ள முக்கியமான விஷயம் ஒன்று உண்டு. சொற்பித்து பெண்பித்தைக் காட்டிலும் பெரும்பித்து போலும்! மயக்கு வித்தைக்காரன் பின் செல்லும் சிறுமியென அது நம்மை இழுத்துச் செல்ல வல்லது. எலிகள் பேக் பைபரிடம் எச்சரிக்கை யாக இருக்க வேண்டியது அவசியம். சொற்கிடங்கின் ஆழத்துள் பிரகாசமான இருள் சூழ்ந்துள்ளது. நாஞ்சில் இந்தத் திளைப்பி லிருந்து விடுபட்டு மேலேறி வர வேண்டும். கொஞ்ச காலம் சொல்லாராய்ச்சிகளை நிறுத்திவிட்டுப் பாதியில் நிற்கும் அவரது நாவலை எழுதி முடிக்க வேண்டும் என்று அவரை உரிமையோடு கேட்டுக்கொள்கிறேன். அவரது முந்திய நாவல் வெளியாகி இருபத்திரண்டு ஆண்டுகள் ஆகிவிட்டன. "இனிமேல் என்னால எழுத முடியுமான்னு தெரியல" என்று வேதனையோடு வெளிப்பட்ட அந்தச் சொற்களை ஓர் இணைய வழி உரையாடலில் கேட்க நேர்ந்தது. நாஞ்சில் அவர்களே நீங்கள் உங்கள் தமிழ்க்கடனை இனிதே நிறைவேற்றிவிட்டீர்கள். சற்று அதிகமாகவே அளித்துவிட்டீர்கள். இனி உங்கள் உலகைப் படையுங்கள்.

இந்தப் புத்தகத்தில் ஒரு புறநானூற்றுப் பாடலைச் சிலாகித்துவிட்டு நாஞ்சில் சொல்கிறார்... "இந்தப் பாடலை அனுபவிப்பதற்காகவே இந்த வாழ்நாள் எனக்குக் கிடைத்தது போலும்!" ஒரு படைப்பாளி பிறிதொன்றில் இவ்வளவு தோய்ந்து கரைவது, ஏதோ ஒருவிதத்தில் அவன் சொந்த எழுத்தைச் சோர்வுக்குள் தள்ளிவிடும் போலும்! நானெல்லாம் காமத்துப் பாலுக்கு உரை எழுதப் புகுந்ததன் பின்னணியில் அய்யன் என்கிற மாயாவியின் சதித்திட்டம் ஒளிந்துள்ளது. எனவே மேற்சொன்னவை மிகச்சிறிய அளவில், ஒரு பாதுகாப்பு நடவடிக்கையாக எனக்கும் சேர்த்துச் சொல்லிக்கொண்டதுதான்.

பழந்தமிழ் இலக்கியங்களைப் பக்தியின் நிமித்தம் புறக்கணிப்பவர்களைப் பார்த்து நாஞ்சில் ஒரு கேள்வி கேட்கிறார்... "குளத்தோட முரணிகிட்டு குண்டி கழுவாமப்போனா யாருக்கு நட்டம்?"

நானும் அதையே கேட்க விரும்புகிறேன்.

(பாடுகபாட்டே – நாஞ்சில் நாடன் – விஜயா பதிப்பகம் – பக்கம்: 191– விலை: 150)

ஆசிரியரின் பிற நூல்கள்
(காலச்சுவடு வெளியீடு)

உறுமீன்களற்ற
நதிகவிதைகள்
(கவிதைகள்)
ரூ. 100

சிவாஜி கணேசனின்
முத்தங்கள்
(கவிதைகள்)
ரூ. 100

அந்தக் காலம்
மலையேறிப் போனது
(கவிதைகள்)
ரூ. 100

ஆட்டுதி அமுதே!
(கவிதைகள்)
ரூ. 95

வாழ்க்கைக்கு
வெளியே பேசுதல்
(கவிதைகள்)
ரூ. 100

நாயகன் வில்லன் மற்றும்
குணச்சித்திரன்
(கவிதைகள்)
ரூ. 90

உடைந்து
எழும் நறுமணம்
(கவிதைகள்)
ரூ. 175

லைட்டா
பொறாமைப்படும் கலைஞன்
(கட்டுரைகள்)
ரூ. 140

உய்யடா உய்யடா உய்!
(கட்டுரைகள்)
ரூ. 125

பழைய யானைக் கடை
(கட்டுரைகள்)
ரூ. 200

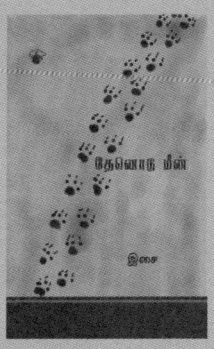

தேனொடு மீன்
(கட்டுரைகள்)
ரூ. 125

மாலை மலரும் நோய்
(கட்டுரைகள்)
ரூ. 150

காலச்சுவடு பப்ளிகேஷன்ஸ் (பி) லிட்.
Published by Kalachuvadu Publications Pvt. Ltd.,
669, K.P. Road, Nagercoil 629001, India
Phone: 91-4652-278525
e-mail: publications@kalachuvadu.com

12/2022/S.No. 1125, kcp 3888, 18.6 (1) 9ss